MUỖNG CỦA NIỀM VUI: CÔNG THỨC MÓN TRÁNG MIỆNG LÀM KEM TẠI NHÀ

THƯỞNG THỨC 100 MÓN ĂN ĐÔNG LẠNH KHÔNG THỂ CƯỠNG LẠI CHO MỌI DỊP

Dung Đinh

từ chối trách nhiệm

Thông tin trong Sách điện tử này nhằm mục đích phục vụ như một bộ sưu tập toàn diện các chiến lược mà tác giả của Sách điện tử này đã thực hiện nghiên cứu. Tóm tắt, chiến lược, mẹo và thủ thuật chỉ là đề xuất của tác giả và việc đọc Sách điện tử này sẽ không đảm bảo rằng kết quả của một người sẽ phản ánh chính xác kết quả của tác giả. Tác giả của Sách điện tử đã thực hiện tất cả các nỗ lực hợp lý để cung cấp thông tin hiện tại và chính xác cho người đọc Sách điện tử. Tác giả và các cộng sự của nó sẽ không chịu trách nhiệm pháp lý cho bất kỳ lỗi hoặc thiếu sót không chủ ý nào có thể được tìm thấy. Tài liệu trong Sách điện tử có thể bao gồm thông tin của bên thứ ba. Tài liệu của bên thứ ba bao gồm các ý kiến được thể hiện bởi chủ sở hữu của họ. Do đó, tác giả của Sách điện tử không chịu trách nhiệm hoặc trách nhiệm pháp lý đối với bất kỳ tài liệu hoặc ý kiến của bên thứ ba nào. Cho dù là do sự phát triển của internet hay do những thay đổi không lường trước được trong chính sách của công ty và nguyên tắc gửi biên tập, những gì được coi là sự thật tại thời điểm viết bài này có thể trở nên lỗi thời hoặc không thể áp dụng được sau này.

MỤC LỤC

GIỚI THIỆU

Món tráng miệng kem có cá tính để phụ tùng. Kem ngọt từ từ nhỏ xuống từ một chiếc muỗng đông lạnh sẽ biến đổi một chiếc bánh hoặc nước sốt ngay khi nó chạm vào. Kem giàu chất béo hấp thụ mùi hương và hương vị và đưa chúng đến mũi của bạn. Bất cứ thứ gì kem chạm vào đều trở nên phong phú hơn, nhiều hương vị hơn, được cảm nhận sâu sắc hơn. Hơn nữa, kem khuyến khích bạn tận hưởng khoảnh khắc. Nó đang tan chảy và thay đổi từng giây—bạn phải chú ý đến nó, nếu không nó sẽ biến mất.

Trong các trang này, bạn sẽ tìm thấy một vài công thức nấu ăn chắc chắn mà bạn sẽ sử dụng đi sử dụng lại và điều chỉnh theo mùa, thực đơn hoặc ý thích của bạn. Mỗi món tráng miệng đều có hương vị và kết cấu tuyệt vời, và mỗi công thức được thiết kế dành riêng cho căn bếp gia đình. Mặc dù tôi sẽ không tuyên bố rằng mọi công thức trong cuốn sách này đều nhanh chóng và dễ dàng (mặc dù có nhiều công thức như vậy), nhưng tôi sẽ nói rằng chúng được sắp xếp hợp lý nhất có thể và kết quả thực sự xứng đáng với nỗ lực của chúng tôi. Bạn có thể trang trí chúng lên hoặc xuống, tùy thuộc vào cách bạn bày chúng ra đĩa hoặc loại kem bạn phục vụ cùng với chúng.

KEM _

1. Kem Ngọt Ngào

Làm cho khoảng 1 quart

Thành phần:

- 2⅔ cốc sữa nguyên chất
- 1 muỗng canh cộng với 2 muỗng cà phê bột bắp
- 2 ounce (4 muỗng canh) phô mai kem, làm mềm
- $\frac{1}{8}$ muỗng cà phê muối biển mịn
- 1$\frac{1}{2}$ chén kem nặng
- $\frac{3}{4}$ chén đường
- $\frac{1}{4}$ chén xi-rô ngô nhẹ

Hướng:

a) Trộn khoảng 2 muỗng canh sữa với bột ngô trong một cái bát nhỏ để tạo thành hỗn hợp sánh mịn.

b) Đánh kem phô mai và muối trong một bát vừa cho đến khi mịn.

c) Đổ đầy nước và đá vào một cái tô lớn.

d) Nấu Kết hợp sữa còn lại, kem, đường và xi-rô ngô trong nồi 4 lít, đun sôi trên lửa vừa và cao và đun sôi trong 4 phút. Tắt bếp và cho từ từ hỗn hợp bột ngô vào. Đun sôi hỗn hợp trở lại ở nhiệt độ trung bình cao và nấu, khuấy bằng thìa chịu nhiệt, cho đến khi hơi đặc lại, khoảng 1 phút. Loại bỏ nhiệt.

e) Làm lạnh Dần dần trộn hỗn hợp sữa nóng vào pho mát kem cho đến khi mịn. Đổ hỗn hợp vào túi đông lạnh Ziplock 1 gallon và ngâm túi kín vào bồn nước đá. Để yên, thêm đá nếu cần, cho đến khi lạnh, khoảng 30 phút.

f) Đóng băng Lấy hộp đông lạnh ra khỏi tủ đông, lắp ráp máy làm kem của bạn và bật nó lên. Đổ đế kem vào hộp và quay cho đến khi kem đặc lại.

g) Đóng gói kem vào hộp bảo quản. Ấn trực tiếp một tờ giấy da lên bề mặt và đậy kín bằng nắp đậy kín. Đóng băng ở phần lạnh nhất của tủ đông cho đến khi cứng lại, ít nhất 4 giờ.

h) Để Thêm Các Loại Khác Nhau: Để tạo lớp mứt hoặc nước sốt vào kem, hãy bắt đầu bằng cách nhỏ một thìa đầy vào đáy hộp đựng và phết một lớp kem lên trên. Cho thêm vài thìa vào các ngóc ngách của kem, rồi đổ tiếp một lớp kem khác.

i) Tiếp tục lớp nước sốt và kem cho đến khi sử dụng hết kem. Nước sốt không nên bao phủ toàn bộ lớp.

2. Kem Absinthe & Meringue

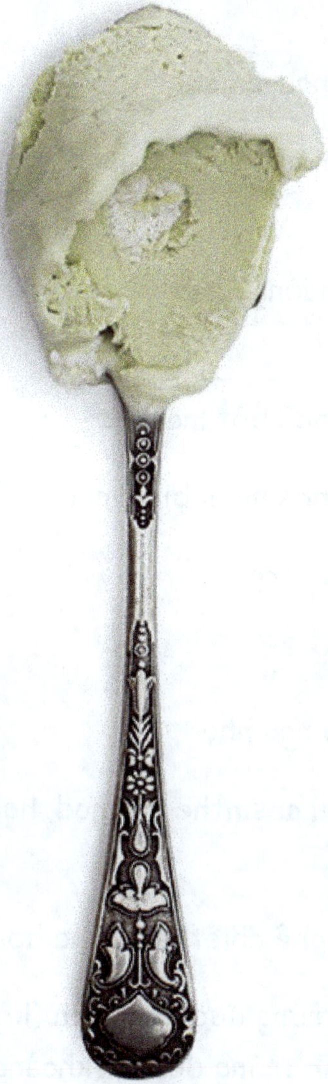

Làm cho khoảng 1 quart

Thành phần:

- $2\frac{2}{3}$ cốc sữa nguyên chất
- 1 muỗng canh cộng với 2 muỗng cà phê bột bắp
- 2 ounce (4 muỗng canh) phô mai kem, làm mềm
- $\frac{1}{2}$ muỗng cà phê bột matcha
- $\frac{1}{8}$ muỗng cà phê muối biển mịn
- $1\frac{1}{2}$ chén kem nặng
- $\frac{3}{4}$ chén đường
- $\frac{1}{4}$ chén xi-rô ngô nhẹ
- $1\frac{1}{4}$ chén rượu absinthe, Pernod, hoặc pastis
- $\frac{1}{2}$ muỗng cà phê chiết xuất hoa hồi
- 1 cốc bánh trứng đường vỡ vụn (khoảng $\frac{1}{4}$ inch) từ Bánh trứng đường (khoảng 1 bánh trứng đường) hoặc mua ở cửa hàng

Hướng:

a) Trộn khoảng 2 muỗng canh sữa với bột ngô trong một cái bát nhỏ để tạo thành hỗn hợp sánh mịn.

b) Đánh kem phô mai, matcha và muối trong một bát vừa cho đến khi mịn.

c) Đổ đầy nước và đá vào một cái tô lớn.

d) Nấu Kết hợp sữa còn lại, kem, đường và xi-rô ngô trong nồi 4 lít, đun sôi trên lửa vừa và cao và đun sôi trong 4 phút. Tắt bếp và cho từ từ hỗn hợp bột ngô vào. Đun sôi hỗn hợp trở lại ở nhiệt độ trung bình cao và nấu, khuấy bằng thìa chịu nhiệt, cho đến khi hơi đặc lại, khoảng 1 phút. Loại bỏ nhiệt.

e) Làm lạnh Dần dần trộn hỗn hợp sữa nóng vào pho mát kem cho đến khi mịn. Đổ hỗn hợp vào túi đông lạnh Ziplock 1 gallon và ngâm túi kín vào bồn nước đá. Để yên, thêm đá nếu cần, cho đến khi lạnh, khoảng 30 phút.

f) Đóng băng Lấy hộp đông lạnh ra khỏi tủ đông, lắp ráp máy làm kem của bạn và bật nó lên. Đổ đế kem vào hộp và quay cho đến khi kem đặc lại.

g) Đóng gói kem vào hộp bảo quản. Khuấy chiết xuất absinthe và hoa hồi và trộn các miếng bánh trứng đường khi bạn đi. Ấn trực tiếp một tờ giấy da lên bề mặt và đậy kín bằng nắp đậy kín. Đóng băng ở phần lạnh nhất của tủ đông cho đến khi

3. Kem bánh rừng đen

Làm cho khoảng 1 quart

Thành phần:

- ⅔ cốc vỡ vụn ½ inch
- ¼ chén Sốt Sôcôla Runny , ướp lạnh
- ½ chén anh đào Amarena
- 1¼ chén kem nặng
- 2 muỗng canh bột bắp
- 3 ounces (6 muỗng canh) phô mai kem, làm mềm
- ¼ muỗng cà phê muối biển mịn
- ⅔ chén đường
- 2 muỗng canh xi-rô ngô nhẹ
- 2 cốc bơ sữa, sữa nguyên chất hoặc 2% sữa

Hướng:

a) Cho vụn bánh vào một cái bát nhỏ, thêm sốt sô cô la và trộn nhẹ để phủ đều, sau đó thêm quả anh đào Amarena và khuấy đều. Đóng băng trong khi bạn làm kem.

(Hỗn hợp bánh có thể được đông lạnh đến 1 tháng.)

b) Trộn khoảng $\frac{1}{4}$ cốc kem với bột ngô trong một bát nhỏ để tạo thành hỗn hợp sánh mịn.

c) Đánh kem phô mai và muối trong một bát vừa cho đến khi mịn.

d) Đổ đầy nước và đá vào một cái tô lớn.

e) Nấu Kết hợp kem còn lại, đường và xi-rô ngô trong nồi 4 lít, đun sôi trên lửa vừa và cao và đun sôi trong 4 phút. Tắt bếp và cho từ từ hỗn hợp bột ngô vào. Đun sôi hỗn hợp trở lại ở nhiệt độ trung bình cao và nấu, khuấy bằng thìa chịu nhiệt, cho đến khi hơi đặc lại, khoảng 20 giây. Loại bỏ nhiệt.

f) Làm lạnh Dần dần trộn hỗn hợp sữa nóng vào pho mát kem cho đến khi mịn, sau đó khuấy trong sữa bơ. Đổ hỗn hợp vào túi Ziplock 1 gallon và ngâm túi kín vào bồn nước đá. Để yên, thêm đá nếu cần, cho đến khi lạnh, khoảng 30 phút.

g) Đóng băng Lấy hộp đông lạnh ra khỏi tủ đông, lắp ráp máy làm kem của bạn và bật nó lên. Đổ đế kem vào hộp và quay cho đến khi kem đặc lại.

h) Gói kem vào hộp bảo quản, lần lượt cho kem và từng thìa nhỏ hỗn hợp bánh vào. Ấn trực tiếp một tờ giấy da lên bề mặt và đậy kín bằng nắp đậy kín. Đóng băng ở phần lạnh nhất của tủ đông cho đến khi cứng lại, ít nhất 4 giờ.

4. Kem Phô Mai & Mứt Ổi

Làm cho khoảng 1 quart

Thành phần:

- 2⅔ cốc sữa nguyên chất
- 1 muỗng canh cộng với 2 muỗng cà phê bột bắp
- 6 ounces (¾ cốc) pho mát kem, làm mềm
- ⅛ muỗng cà phê muối biển mịn
- 1½ chén kem nặng
- ¾ chén đường
- ¼ chén xi-rô ngô nhẹ
- ½ cốc mứt ổi

Hướng:

a) Trộn khoảng 2 muỗng canh sữa với bột ngô trong một cái bát nhỏ để tạo thành hỗn hợp sánh mịn.

b) Đánh phô mai và muối trong một bát vừa cho đến khi mịn.

c) Đổ đầy nước và đá vào một cái tô lớn.

d) Nấu Kết hợp sữa còn lại, kem, đường và xi-rô ngô trong nồi 4 lít, đun sôi trên lửa vừa và cao và đun sôi trong 4 phút. Tắt bếp và cho từ từ hỗn hợp bột ngô vào. Đun sôi hỗn hợp trở lại ở nhiệt độ trung bình cao và nấu, khuấy bằng thìa chịu nhiệt, cho đến khi hơi đặc lại, khoảng 1 phút. Loại bỏ nhiệt.

e) Làm lạnh Dần dần trộn hỗn hợp sữa nóng vào phô mai cho đến khi mịn. Đổ hỗn hợp vào túi đông lạnh Ziplock 1 gallon và ngâm túi kín vào bồn nước đá. Để yên, thêm đá nếu cần, cho đến khi lạnh, khoảng 30 phút.

f) Đóng băng Lấy hộp đông lạnh ra khỏi tủ đông, lắp ráp máy làm kem của bạn và bật nó lên. Đổ đế kem vào hộp đông lạnh và quay cho đến khi kem đặc lại.

g) Cho kem vào hộp bảo quản, cho mứt vào từng lớp. Ấn trực tiếp một tờ giấy da lên bề mặt và đậy kín bằng nắp đậy kín. Đóng băng ở phần lạnh nhất của tủ đông cho đến khi cứng lại, ít nhất 4 giờ.

5. Bánh Quy Kem Mứt Đào

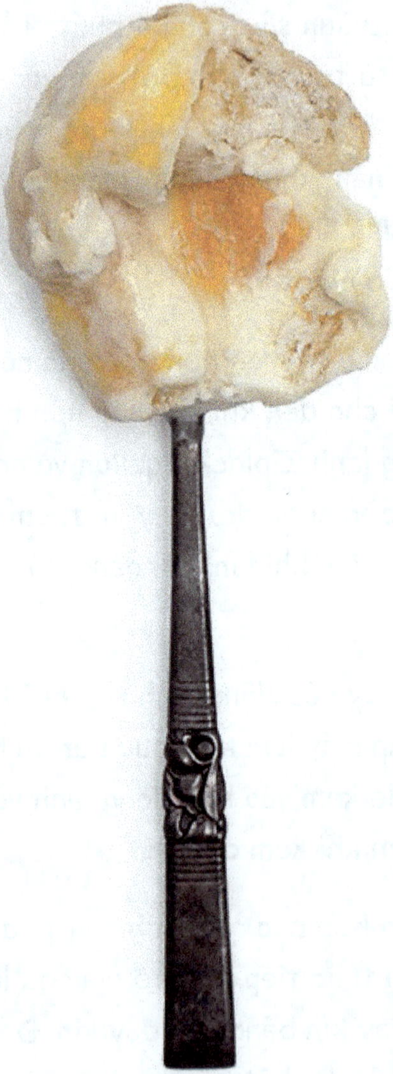

Làm cho khoảng 1 quart

Thành phần:

- $1\frac{1}{4}$ chén kem nặng
- 2 muỗng canh bột bắp
- 3 ounces (6 muỗng canh) phô mai kem, làm mềm
- $\frac{1}{4}$ muỗng cà phê muối biển mịn
- ⅔ chén đường
- 2 muỗng canh xi-rô ngô nhẹ
- 2 cốc bơ sữa, sữa nguyên chất hoặc 2% sữa
- $\frac{1}{2}$ cốc bánh quy kem ngọt vụn , bánh quy đông lạnh hoặc mua ở cửa hàng
- $\frac{1}{4}$ chén mứt đào , ướp lạnh

Hướng:

a) Trộn khoảng $\frac{1}{4}$ cốc kem với bột ngô trong một bát nhỏ để tạo thành hỗn hợp sánh mịn.

b) Đánh kem phô mai và muối trong một bát vừa cho đến khi mịn.

c) Đổ đầy nước và đá vào một cái tô lớn.

d) Nấu Kết hợp kem còn lại, đường và xi-rô ngô trong nồi 4 lít, đun sôi trên lửa vừa và cao và đun sôi trong 4 phút. Tắt bếp và cho từ từ hỗn hợp bột ngô vào. Đun sôi hỗn hợp trở lại ở nhiệt độ trung bình cao và nấu, khuấy bằng thìa chịu nhiệt, cho đến khi hơi đặc lại, khoảng 20 giây. Loại bỏ nhiệt.

e) Làm lạnh Dần dần trộn hỗn hợp sữa nóng vào pho mát kem cho đến khi mịn. Khuấy bơ sữa.

f) Ziplock 1 gallon và ngâm túi kín vào bồn nước đá. Để yên, thêm đá nếu cần, cho đến khi lạnh, khoảng 30 phút.

g) Đóng băng Lấy hộp đông lạnh ra khỏi tủ đông, lắp ráp máy làm kem của bạn và bật nó lên. Đổ đế kem vào hộp đông lạnh và quay cho đến khi kem đặc lại.

h) Cho kem vào hộp bảo quản, trộn thêm bánh quy vụn và mứt khi bạn đi.

i) Ấn trực tiếp một tờ giấy da lên bề mặt và đậy kín bằng nắp đậy kín. Đóng băng ở phần lạnh nhất của tủ đông cho đến khi cứng lại, ít nhất 4 giờ.

6. Thì là & Butterscotch mật ong

Làm cho khoảng 1 quart

Thành phần:

- $2\frac{2}{3}$ cốc sữa nguyên chất
- 1 muỗng canh cộng với 2 muỗng cà phê bột bắp
- 2 ounce (4 muỗng canh) phô mai kem, làm mềm
- $\frac{1}{4}$ muỗng cà phê muối biển mịn
- 1 muỗng cà phê bột nghệ (để tạo màu; tùy chọn)
- $\frac{1}{4}$ muỗng cà phê thì là
- $\frac{1}{2}$ cốc mật ong
- $1\frac{1}{2}$ chén kem nặng
- $\frac{1}{2}$ chén đường
- 4 giọt hương bơ tự nhiên

Hướng:

a) Trộn khoảng 2 muỗng canh sữa với bột ngô trong một cái bát nhỏ để tạo thành hỗn hợp sánh mịn.

b) Đánh kem phô mai, muối, bột nghệ, nếu dùng và thì là trong một bát vừa cho đến khi mịn.

c) Đổ đầy nước và đá vào một cái tô lớn.

d) Nấu Đun nóng mật ong trong chảo 4 lít trên lửa vừa và cao cho đến khi mật ong bắt đầu sôi và bốc khói. Lấy chảo ra khỏi bếp và khuấy trong khoảng $\frac{1}{4}$ cốc kem. Từ từ thêm phần còn lại của kem, khuấy cho đến khi kết hợp.

e) Cho phần sữa còn lại và đường vào chảo, đun sôi ở lửa vừa và đun sôi trong 4 phút. Tắt bếp và cho từ từ hỗn hợp bột ngô vào.

f) Đun sôi hỗn hợp trở lại ở nhiệt độ trung bình cao và nấu, khuấy bằng thìa chịu nhiệt, cho đến khi hơi đặc lại, khoảng 1 phút. Loại bỏ nhiệt.

g) Làm lạnh Dần dần trộn hỗn hợp sữa nóng vào pho mát kem cho đến khi mịn. Đổ hỗn hợp vào túi đông lạnh Ziplock 1 gallon và ngâm túi kín vào bồn nước đá. Để yên, thêm đá nếu cần, cho đến khi lạnh, khoảng 30 phút. Khuấy hương liệu bơ.

h) Đóng băng Lấy hộp đông lạnh ra khỏi tủ đông, lắp ráp máy làm kem của bạn và bật nó lên. Đổ đế kem vào hộp và quay cho đến khi kem đặc lại.

i) Đóng gói kem vào hộp bảo quản. Ấn trực tiếp một tờ giấy da lên bề mặt và đậy kín bằng nắp đậy kín. Đóng băng ở phần lạnh nhất của tủ đông cho đến khi cứng lại, ít nhất 4 giờ.

7. Kem Bách Xù & Chanh

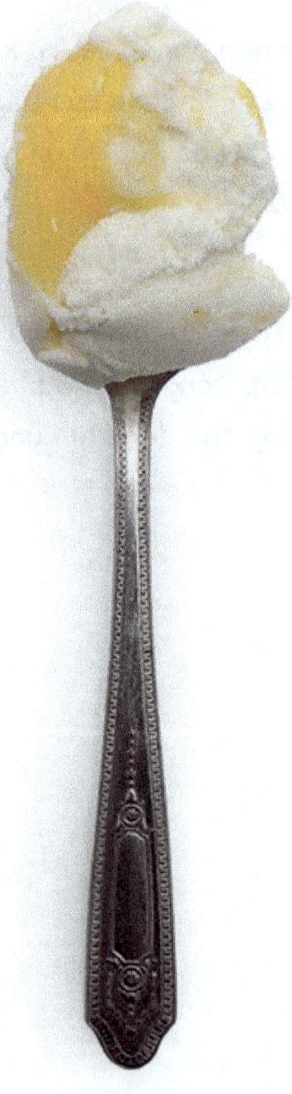

Làm cho khoảng 1 quart

Thành phần:

- 2⅔ cốc sữa nguyên chất
- 1 muỗng canh cộng với 2 muỗng cà phê bột bắp
- 2 ounce (4 muỗng canh) phô mai kem, làm mềm
- $\frac{1}{8}$ muỗng cà phê muối biển mịn
- 1$\frac{1}{2}$ chén kem nặng
- $\frac{3}{4}$ chén đường
- $\frac{1}{4}$ chén xi-rô ngô nhẹ
- 1 đến 2 giọt tinh dầu bách xù
- ⅔ cốc sữa đông chanh

Hướng:

a) Trộn khoảng 2 muỗng canh sữa với bột ngô trong một cái bát nhỏ để tạo thành hỗn hợp sánh mịn.

b) Đánh kem phô mai và muối trong một bát vừa cho đến khi mịn.

c) Đổ đầy nước và đá vào một cái tô lớn.

d) Nấu Kết hợp sữa còn lại, kem, đường và xi-rô ngô trong nồi 4 lít, đun sôi trên lửa vừa và cao và đun sôi trong 4 phút. Tắt bếp và cho từ từ hỗn hợp bột ngô vào. Đun sôi hỗn hợp trở lại ở nhiệt độ trung bình cao và nấu, khuấy bằng thìa chịu nhiệt, cho đến khi hơi đặc lại, khoảng 1 phút. Loại bỏ nhiệt.

e) Làm lạnh Dần dần trộn hỗn hợp sữa nóng vào pho mát kem cho đến khi mịn. Đổ hỗn hợp vào túi đông lạnh Ziplock 1 gallon và ngâm túi kín vào bồn nước đá. Để yên, thêm đá nếu cần, cho đến khi lạnh, khoảng 30 phút.

f) Đóng băng Lấy hộp đông lạnh ra khỏi tủ đông, lắp ráp máy làm kem của bạn và bật nó lên. Đổ đế kem vào hộp và thêm dầu bách xù. Quay cho đến khi dày và kem.

g) Cho kem vào hộp bảo quản, xếp từng lớp sữa đông chanh vào. Ấn trực tiếp một tờ giấy da lên bề mặt và đậy kín bằng nắp đậy kín. Đóng băng ở phần lạnh nhất của tủ đông cho đến khi cứng lại, ít nhất 4 giờ.

8. Kem Socola & Whisky

Làm cho khoảng 1 quart

Thành phần:

sô cô la dán

- ½ cốc cà phê đã pha (bất kỳ nhiệt độ nào)
- ¼ chén đường
- ⅔ chén bột ca cao chế biến ở Hà Lan
- 1½ ounce sô cô la không đường, thái nhỏ

Cơ sở kem

- 2⅔ cốc sữa nguyên chất
- 1 muỗng canh cộng với 2 muỗng cà phê bột bắp
- 2 ounce (4 muỗng canh) phô mai kem, làm mềm
- ⅛ muỗng cà phê muối biển mịn
- 1½ chén kem nặng
- ¾ chén đường
- 3 muỗng canh xi-rô ngô nhẹ
- 3 muỗng canh hạt thì là, nghiền nhẹ

- $\frac{1}{2}$ chén rượu whisky lúa mạch đen

Hướng:

a) Kết hợp cà phê, đường và ca cao trong một cái nồi nhỏ, đun sôi ở lửa vừa và đun sôi trong 30 giây, khuấy đều để đường tan. Tắt bếp và thêm sô cô la. Để yên trong vài phút, sau đó khuấy cho đến khi thật mịn.

b) Trộn khoảng 2 muỗng canh sữa với bột ngô trong một cái bát nhỏ để tạo thành hỗn hợp sánh mịn.

c) Đánh kem phô mai, bột sô cô la ấm và muối trong một bát vừa cho đến khi mịn.

d) Đổ đầy nước và đá vào một cái tô lớn.

e) Nấu Kết hợp sữa còn lại, kem, đường và xi-rô ngô trong nồi 4 lít và đun sôi ở nhiệt độ trung bình cao. Khuấy hạt caraway và đun sôi trong 4 phút. Tắt bếp và cho từ từ hỗn hợp bột ngô vào. Đun sôi hỗn hợp trở lại ở nhiệt độ trung bình cao và nấu, khuấy bằng thìa chịu nhiệt, cho đến khi hơi đặc lại, khoảng 1 phút. Loại bỏ nhiệt.

f) Làm lạnh Dần dần trộn hỗn hợp sữa nóng vào hỗn hợp kem phô mai cho đến khi mịn. Khuấy rượu whisky. Đổ hỗn hợp vào túi đông lạnh Ziplock 1 gallon và ngâm túi kín vào bồn nước đá. Để yên, thêm đá nếu cần, cho đến khi lạnh, khoảng 30 phút.

g) Đóng băng Lấy hộp đông lạnh ra khỏi tủ đông, lắp ráp máy làm kem của bạn và bật nó lên. Đổ đế kem vào hộp đông lạnh và quay cho đến khi kem đặc lại.

h) Đóng gói kem vào hộp bảo quản. Ấn trực tiếp một tờ giấy da lên bề mặt và đậy kín bằng nắp đậy kín. Đóng băng ở phần lạnh nhất của tủ đông cho đến khi cứng lại, ít nhất 4 giờ.

9. Kem Dừa Cajeta

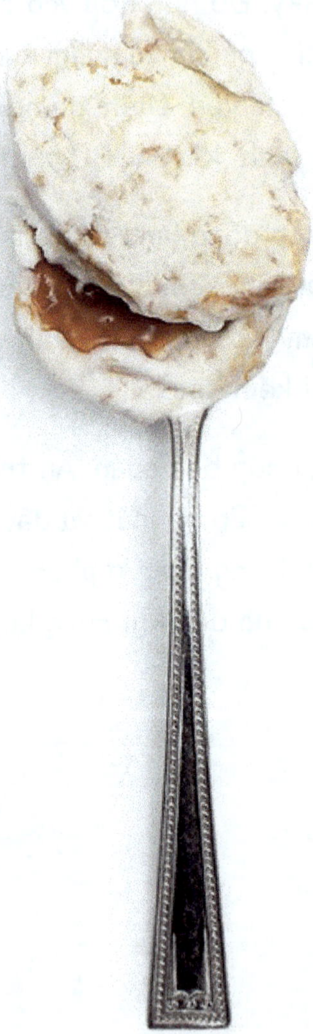

Làm cho khoảng 1 quart

Thành phần:

- ½ chén dừa bào không đường
- 2⅔ cốc sữa nguyên chất
- 1 muỗng canh cộng với 2 muỗng cà phê bột bắp
- 2 ounce (4 muỗng canh) phô mai kem, làm mềm
- ⅛ muỗng cà phê muối biển mịn
- 1½ chén kem nặng
- ¾ chén đường
- ¼ chén xi-rô ngô nhẹ
- 2 đến 3 giọt chiết xuất dừa (tùy chọn)
- ⅓ cốc Cajeta

Hướng:

a) Làm nóng lò ở nhiệt độ 325°F.

b) Trải dừa lên khay nướng. Nướng bánh trong 10 phút, sau đó lấy ra khỏi lò và đảo bằng thìa cách nhiệt, đảm bảo đưa các cạnh bên ngoài của quả dừa vào trong phần ít nướng bên trong. Trải ra và nướng thêm 5 phút nữa, sau đó quăng lại. Lặp lại cho đến khi dừa có màu vàng nâu đều và rất thơm. Lấy ra khỏi lò và để nguội hoàn toàn.

c) Trộn khoảng 2 muỗng canh sữa với bột ngô trong một cái bát nhỏ để tạo thành hỗn hợp sánh mịn.

d) Đánh kem phô mai và muối trong một bát vừa cho đến khi mịn.

e) Đổ đầy nước và đá vào một cái tô lớn.

f) Nấu Kết hợp sữa còn lại, kem, đường và xi-rô ngô trong nồi 4 lít, đun sôi trên lửa vừa và cao và đun sôi trong 4 phút. Tắt bếp và cho từ từ hỗn hợp bột ngô vào. Đun sôi hỗn hợp trở lại ở nhiệt độ trung bình cao và nấu, khuấy bằng thìa chịu nhiệt, cho đến khi hơi đặc lại, khoảng 1 phút. Loại bỏ nhiệt.

g) Làm lạnh Dần dần trộn hỗn hợp sữa nóng vào pho mát kem cho đến khi mịn. Thêm chiết xuất dừa, nếu sử dụng. Đổ hỗn hợp vào túi đông lạnh Ziplock 1 gallon và ngâm túi kín vào bồn nước đá. Để yên, thêm đá nếu cần, cho đến khi lạnh, khoảng 30 phút.

h) Đóng băng Lấy hộp đông lạnh ra khỏi tủ đông, lắp ráp máy làm kem của bạn và bật nó lên. Đổ đế kem vào hộp và quay cho đến khi kem đặc lại.

i) Gói kem vào hộp bảo quản, trộn dừa nướng và xếp lớp nước sốt khi bạn đi. Ấn trực tiếp một tờ giấy da lên bề mặt và đậy kín bằng nắp đậy kín. Đóng băng ở phần lạnh nhất của tủ đông cho đến khi cứng lại, ít nhất 4 giờ.

10. Kem bia gốc

Làm cho khoảng 1 quart

Thành phần:

- $2\frac{2}{3}$ cốc sữa nguyên chất
- 1 muỗng canh cộng với 2 muỗng cà phê bột bắp
- 2 ounce (4 muỗng canh) phô mai kem, làm mềm
- $\frac{1}{8}$ muỗng cà phê muối biển mịn
- $1\frac{1}{2}$ chén kem nặng
- $\frac{3}{4}$ chén đường
- $\frac{1}{4}$ chén xi-rô ngô nhẹ
- 2 muỗng canh bia cô đặc

Hướng:

a) Trộn khoảng 2 muỗng canh sữa với bột ngô trong một cái bát nhỏ để tạo thành hỗn hợp sánh mịn.

b) Đánh kem phô mai và muối trong một bát vừa cho đến khi mịn.

c) Đổ đầy nước và đá vào một cái tô lớn.

d) Nấu Kết hợp sữa còn lại, kem, đường và xi-rô ngô trong nồi 4 lít, đun sôi trên lửa vừa và cao và đun sôi trong 4 phút. Tắt bếp và cho từ từ hỗn hợp bột ngô vào. Đun sôi hỗn hợp trở lại ở nhiệt độ trung bình cao và nấu, khuấy bằng thìa chịu nhiệt, cho đến khi hơi đặc lại, khoảng 1 phút. Loại bỏ nhiệt.

e) Làm lạnh Dần dần trộn hỗn hợp sữa nóng vào pho mát kem cho đến khi mịn. Thêm cô đặc bia gốc. Đổ hỗn hợp vào túi đông lạnh Ziplock 1 gallon và ngâm túi kín vào bồn nước đá. Để yên, thêm đá nếu cần, cho đến khi lạnh, khoảng 30 phút.

f) Đóng băng Lấy hộp đông lạnh ra khỏi tủ đông, lắp ráp máy làm kem của bạn và bật nó lên. Đổ đế kem vào hộp đông lạnh và quay cho đến khi kem đặc lại.

g) Đóng gói kem vào hộp bảo quản. Ấn trực tiếp một tờ giấy da lên bề mặt và đậy kín bằng nắp đậy kín. Đóng băng ở phần lạnh nhất của tủ đông cho đến khi cứng lại, ít nhất 4 giờ.

11. Kem Magnolia Mochi

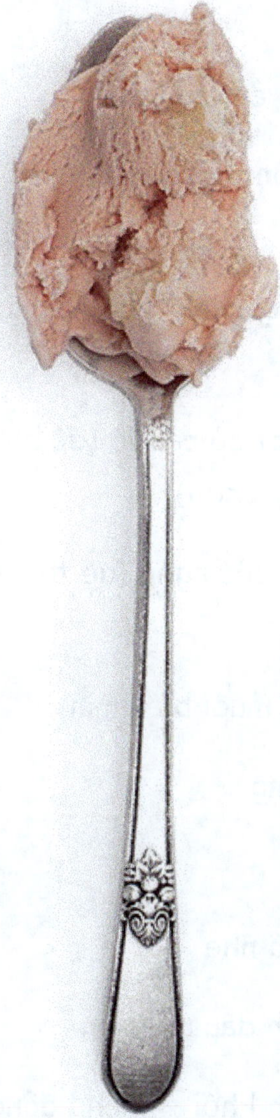

Làm cho khoảng 1 quart

Thành phần:

- $2\frac{2}{3}$ cốc sữa nguyên chất
- 1 muỗng canh cộng với 2 muỗng cà phê bột bắp
- 2 ounce (4 muỗng canh) phô mai kem, làm mềm
- 1 muỗng canh bột củ cải đỏ (để biết màu; xem Nguồn ; tùy chọn)
- $\frac{1}{4}$ muỗng cà phê bột nghệ (để tạo màu; tùy chọn)
- $\frac{1}{8}$ muỗng cà phê muối biển mịn
- $1\frac{1}{2}$ chén kem nặng
- $\frac{3}{4}$ chén đường
- $\frac{1}{4}$ chén xi-rô ngô nhẹ
- 1 đến 2 giọt tinh dầu mộc lan
- Bánh Mochi hình khối $\frac{1}{8}$-inch , đông lạnh

Hướng:

a) Trộn khoảng 2 muỗng canh sữa với bột ngô trong một cái bát nhỏ để tạo thành hỗn hợp sánh mịn.

b) Đánh kem phô mai, bột củ cải đường và bột nghệ nếu sử dụng và muối trong một bát vừa cho đến khi mịn.

c) Đổ đầy nước và đá vào một cái tô lớn.

d) Nấu Kết hợp sữa còn lại, kem, đường và xi-rô ngô trong nồi 4 lít, đun sôi trên lửa vừa và cao và đun sôi trong 4 phút. Tắt bếp và cho từ từ hỗn hợp bột ngô vào. Đun sôi hỗn hợp trở lại ở nhiệt độ trung bình cao và nấu, khuấy bằng thìa chịu nhiệt, cho đến khi hơi đặc lại, khoảng 1 phút. Loại bỏ nhiệt.

e) Làm lạnh Dần dần trộn hỗn hợp sữa nóng vào pho mát kem cho đến khi mịn. Đổ hỗn hợp vào túi đông lạnh Ziplock 1 gallon và ngâm túi kín vào bồn nước đá. Để yên, thêm đá nếu cần, cho đến khi lạnh, khoảng 30 phút.

f) Đóng băng Lấy hộp đông lạnh ra khỏi tủ đông, lắp ráp máy làm kem của bạn và bật nó lên. Đổ đế kem vào hộp, thêm tinh dầu mộc lan và quay cho đến khi kem đặc lại.

g) Đóng gói kem vào hộp bảo quản, trộn các viên bánh trong khi bạn đi. Ấn trực tiếp một tờ giấy da lên bề mặt và đậy kín bằng nắp đậy kín. Đóng băng ở phần lạnh nhất của tủ đông cho đến khi cứng lại, ít nhất 4 giờ.

12. Bánh Quy Kem Graham

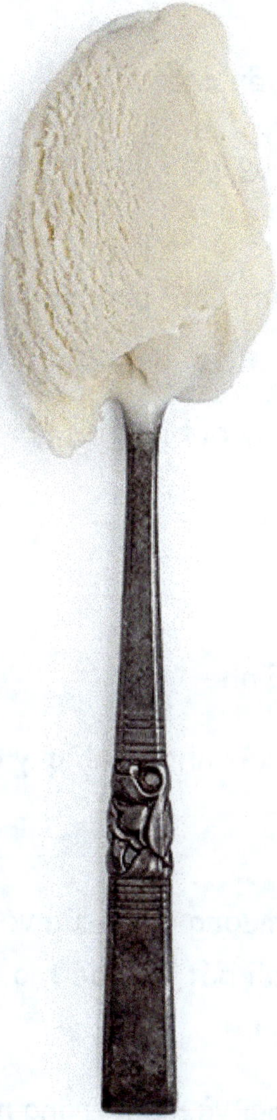

Làm cho khoảng 1 quart

Thành phần:

- 2⅔ cốc sữa nguyên chất
- 1 muỗng canh cộng với 2 muỗng cà phê bột bắp
- 2 ounce (4 muỗng canh) phô mai kem, làm mềm
- $\frac{1}{8}$ muỗng cà phê muối biển mịn
- $1\frac{1}{2}$ chén kem nặng
- $\frac{3}{4}$ chén đường
- $\frac{1}{4}$ chén xi-rô ngô nhẹ
- $\frac{1}{2}$ chén đại khái xắt nhỏ bánh quy gham

Hướng:

a) Trộn khoảng 2 muỗng canh sữa với bột ngô trong một cái bát nhỏ để tạo thành hỗn hợp sánh mịn.

b) Đánh kem phô mai và muối trong một bát vừa cho đến khi mịn.

c) Đổ đầy nước và đá vào một cái tô lớn.

d) Nấu Kết hợp sữa còn lại, kem, đường và xi-rô ngô trong nồi 4 lít, đun sôi trên lửa vừa và cao và đun sôi trong 4 phút. Tắt bếp và cho từ từ hỗn hợp bột ngô vào. Đun sôi hỗn hợp trở lại ở nhiệt độ trung bình cao và nấu, khuấy bằng thìa chịu nhiệt, cho đến khi hơi đặc lại, khoảng 1 phút. Loại bỏ nhiệt.

e) Làm lạnh Dần dần trộn hỗn hợp sữa nóng vào pho mát kem cho đến khi mịn. Thêm bánh quy giòn và để hỗn hợp ngấm cho đến khi bánh quy tan hết, khoảng 3 phút. Buộc hỗn hợp qua một cái rây, sau đó đổ vào túi cấp đông Ziplock 1 gallon và ngâm túi kín vào bồn nước đá. Để yên, thêm đá nếu cần, cho đến khi lạnh, khoảng 30 phút.

f) Đóng băng Lấy hộp đông lạnh ra khỏi tủ đông, lắp ráp máy làm kem của bạn và bật nó lên. Đổ đế kem vào hộp đông lạnh và quay cho đến khi kem đặc lại.

g) Đóng gói kem vào hộp bảo quản. Ấn trực tiếp một tờ giấy da lên bề mặt và đậy kín bằng nắp đậy kín. Đóng băng ở phần lạnh nhất của tủ đông cho đến khi cứng lại, ít nhất 4 giờ.

13. Kem Bánh Quy Phô Mai Graham

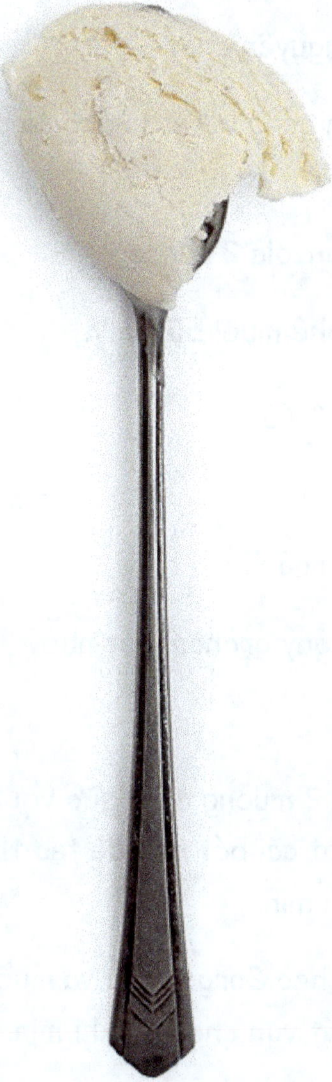

Làm cho khoảng 1 quart

Thành phần:

- 2⅔ cốc sữa nguyên chất
- 1 muỗng canh cộng với 2 muỗng cà phê bột bắp
- Cá heo Gorgonzola 2 ounce
- $\frac{1}{8}$ muỗng cà phê muối biển mịn
- $1\frac{1}{2}$ chén kem nặng
- $\frac{3}{4}$ chén đường
- $\frac{1}{4}$ chén xi-rô ngô nhẹ
- $\frac{1}{2}$ chén bánh quy graham xắt nhỏ

Hướng:

a) Trộn khoảng 2 muỗng canh sữa với bột ngô trong một cái bát nhỏ để tạo thành hỗn hợp sánh mịn.

b) Đánh đều cá heo Gorgonzola và muối trong một bát vừa cho đến khi mịn.

c) Đổ đầy nước và đá vào một cái tô lớn.

d) Nấu Kết hợp sữa còn lại, kem, đường và xi-rô ngô trong nồi 4 lít, đun sôi trên lửa vừa và cao và đun sôi trong 4 phút. Tắt bếp và cho từ từ hỗn hợp bột ngô vào. Đun sôi hỗn hợp trở lại ở nhiệt độ trung bình cao và nấu, khuấy bằng thìa chịu nhiệt, cho đến khi hơi đặc lại, khoảng 1 phút. Loại bỏ nhiệt.

e) Làm lạnh Dần dần trộn hỗn hợp sữa nóng vào pho mát kem cho đến khi mịn. Thêm bánh quy giòn và để hỗn hợp ngấm cho đến khi bánh quy tan hết, khoảng 3 phút. Buộc hỗn hợp qua một cái rây, sau đó đổ vào túi cấp đông Ziplock 1 gallon và ngâm túi kín vào bồn nước đá. Để yên, thêm đá nếu cần, cho đến khi lạnh, khoảng 30 phút.

f) Đóng băng Lấy hộp đông lạnh ra khỏi tủ đông, lắp ráp máy làm kem của bạn và bật nó lên. Đổ đế kem vào hộp đông lạnh và quay cho đến khi kem đặc lại.

g) Đóng gói kem vào hộp bảo quản. Ấn trực tiếp một tờ giấy da lên bề mặt và đậy kín bằng nắp đậy kín. Đóng băng ở phần lạnh nhất của tủ đông cho đến khi cứng lại, ít nhất 4 giờ.

14. Kem bơ mật ong

Làm cho khoảng 1 quart

Thành phần:

- 2 chén bơ sữa
- 1 muỗng canh cộng với 2 muỗng cà phê bột bắp
- 2 ounce (4 muỗng canh) phô mai kem, làm mềm
- ¼ muỗng cà phê muối biển mịn
- ½ muỗng cà phê bột nghệ (để tạo màu; tùy chọn)
- Một nhúm ớt cayenne, hoặc nếm thử
- ⅔ chén mật ong
- 1½ chén kem nặng
- ½ chén sỏi bánh mì ngô mật ong

Hướng:

a) Trộn khoảng 2 thìa bơ sữa với bột ngô trong một cái bát nhỏ để tạo thành hỗn hợp sánh mịn.

b) Đánh kem pho mát, muối và bột nghệ, nếu sử dụng, và ớt cayenne trong một bát vừa cho đến khi mịn.

c) Đổ đầy nước và đá vào một cái tô lớn.

d) Nấu Đun nóng mật ong trong chảo 4 lít trên lửa vừa và cao cho đến khi mật ong bắt đầu sôi và bốc khói. Lấy chảo ra khỏi bếp và khuấy trong khoảng $\frac{1}{4}$ cốc kem. Từ từ thêm phần còn lại của kem, khuấy cho đến khi kết hợp.

e) Thêm bơ sữa còn lại, đun sôi ở nhiệt độ trung bình cao và đun sôi trong 4 phút. Tắt bếp và cho từ từ hỗn hợp bột ngô vào. Đun sôi hỗn hợp trở lại ở nhiệt độ trung bình cao và nấu, khuấy bằng thìa chịu nhiệt, cho đến khi hơi đặc lại, khoảng 1 phút. Loại bỏ nhiệt.

f) Làm lạnh Dần dần trộn hỗn hợp sữa nóng vào pho mát kem cho đến khi mịn. Đổ hỗn hợp vào túi đông lạnh Ziplock 1 gallon và ngâm túi kín vào bồn nước đá. Để yên, thêm đá nếu cần, cho đến khi lạnh, khoảng 30 phút.

g) Đóng băng Lấy hộp đông lạnh ra khỏi tủ đông, lắp ráp máy làm kem của bạn và bật nó lên. Đổ đế kem vào hộp đông lạnh và quay cho đến khi kem đặc lại.

h) Cho kem vào hộp bảo quản, trộn thêm sỏi bánh mì ngô khi bạn đi. Ấn trực tiếp một tờ giấy da lên bề mặt và đậy kín bằng nắp đậy kín. Đóng băng ở phần lạnh nhất của tủ đông cho đến khi cứng lại, ít nhất 4 giờ.

15. Kem Pumpernickel

Làm cho khoảng 1 quart

Thành phần:

- 2⅔ cốc sữa nguyên chất
- 1 muỗng canh cộng với 2 muỗng cà phê bột bắp
- 2 ounce (4 muỗng canh) phô mai kem, làm mềm
- $\frac{1}{8}$ muỗng cà phê muối biển mịn
- 1$\frac{1}{2}$ chén kem nặng
- $\frac{3}{4}$ chén đường
- 2 muỗng canh mật mía
- 2 muỗng canh xi-rô ngô nhẹ
- 3 đến 4 giọt tinh dầu caraway
- $\frac{1}{2}$ cốc sỏi Pumpernickel

Hướng:

a) Trộn khoảng 2 muỗng canh sữa với bột ngô trong một cái bát nhỏ để tạo thành hỗn hợp sánh mịn.

b) Đánh kem phô mai và muối trong một bát vừa cho đến khi mịn.

c) Đổ đầy nước và đá vào một cái tô lớn.

d) Nấu Kết hợp phần sữa còn lại, kem, đường, mật đường và xi-rô ngô trong nồi 4 lít, đun sôi ở nhiệt độ trung bình cao và đun sôi trong 4 phút. Tắt bếp và cho từ từ hỗn hợp bột ngô vào. Đun sôi hỗn hợp trở lại ở nhiệt độ trung bình cao và nấu, khuấy bằng thìa chịu nhiệt, cho đến khi hơi đặc lại, khoảng 1 phút. Loại bỏ nhiệt.

e) Làm lạnh Dần dần trộn hỗn hợp sữa nóng vào pho mát kem cho đến khi mịn. Đổ hỗn hợp vào túi đông lạnh Ziplock 1 gallon và ngâm túi kín vào bồn nước đá. Để yên, thêm đá nếu cần, cho đến khi lạnh, khoảng 30 phút.

f) Đóng băng Lấy hộp đông lạnh ra khỏi tủ đông, lắp ráp máy làm kem của bạn và bật nó lên. Đổ đế kem vào hộp, thêm dầu caraway và quay cho đến khi kem đặc lại.

g) Cho kem vào hộp bảo quản, trộn thêm sỏi pumpernickel khi bạn đi. Ấn trực tiếp một tờ giấy da lên bề mặt và đậy kín bằng nắp đậy kín.

h) Đóng băng ở phần lạnh nhất của tủ đông cho đến khi cứng lại, ít nhất 4 giờ.

16. Kem Bánh Chim Ruồi

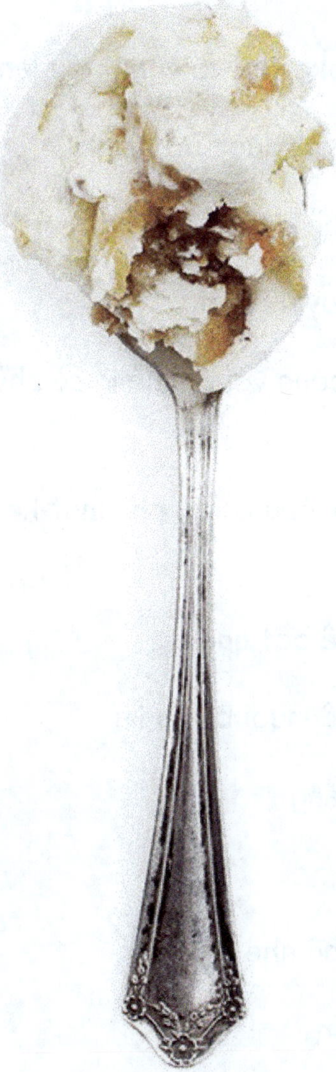

Làm cho khoảng 1 quart

Thành phần:

- ½ chén Lady Cake thô vỡ vụn , ướp lạnh
- 3 muỗng canh sốt dứa , ướp lạnh
- 2 muỗng canh hồ đào nướng xắt nhỏ
- 2⅔ cốc sữa nguyên chất
- 1 muỗng canh cộng với 2 muỗng cà phê bột bắp
- 5 ounces (10 muỗng canh) pho mát kem, làm mềm
- ¼ muỗng cà phê bột quế
- ⅛ muỗng cà phê muối biển mịn
- 1½ chén kem nặng
- ¾ chén đường
- ¼ chén xi-rô ngô nhẹ
- 1 quả chuối chín
- 1 muỗng cà phê chiết xuất vani

Hướng:

a) Trộn bánh, nước sốt dứa và quả hồ đào trong một bát lớn và để đông lạnh để sử dụng sau.

b) Trộn khoảng 2 muỗng canh sữa với bột ngô trong một cái bát nhỏ để tạo thành hỗn hợp sánh mịn.

c) Đánh kem phô mai, quế và muối trong một bát vừa cho đến khi mịn.

d) Đổ đầy nước và đá vào một cái tô lớn.

e) Nấu Kết hợp sữa còn lại, kem, đường và xi-rô ngô trong nồi 4 lít, đun sôi trên lửa vừa và cao và đun sôi trong 4 phút. Tắt bếp và cho từ từ hỗn hợp bột ngô vào. Đun sôi trở lại ở lửa vừa và cao và nấu, khuấy bằng thìa chịu nhiệt, cho đến khi hơi đặc lại, khoảng 1 phút. Loại bỏ nhiệt.

f) Làm lạnh Dần dần trộn hỗn hợp sữa nóng vào pho mát kem cho đến khi mịn.

g) Gọt vỏ chuối, cắt thành khối và xay nhuyễn trong máy xay thực phẩm cho đến khi mịn hoàn toàn. Khuấy hỗn hợp nhuyễn vào đế kem và cho chiết xuất vani vào đánh đều. Đổ hỗn hợp vào túi đông lạnh Ziplock 1 gallon và ngâm túi kín vào bồn nước đá. Để yên, thêm đá nếu cần, cho đến khi lạnh, khoảng 30 phút.

h) Đóng băng Lấy hộp đông lạnh ra khỏi tủ đông, lắp ráp máy làm kem của bạn và bật nó lên. Đổ đế kem vào hộp đông lạnh và quay cho đến khi kem đặc lại.

i) Múc kem mềm vào hỗn hợp bánh/sốt dứa/hồ đào và trộn đều cho đến khi kết hợp hoàn toàn—làm nhanh để kem không bị chảy! Đóng gói vào một container lưu trữ.

j) Ấn trực tiếp một tờ giấy da lên bề mặt và đậy kín bằng nắp đậy kín. Đóng băng ở phần lạnh nhất của tủ đông cho đến khi cứng lại, ít nhất 4 giờ.

17. Kem Xoài Manchego

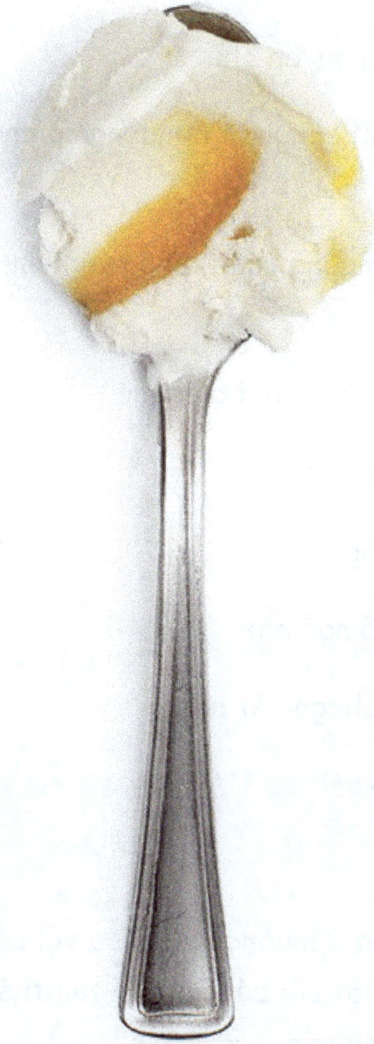

Làm cho khoảng 1 quart

Thành phần:

- 2⅔ cốc sữa nguyên chất
- 1 muỗng canh cộng với 2 muỗng cà phê bột bắp
- 2 ounce (4 muỗng canh) phô mai kem, làm mềm
- $\frac{1}{8}$ muỗng cà phê muối biển mịn
- $1\frac{1}{2}$ chén kem nặng
- $\frac{3}{4}$ chén đường
- $\frac{1}{4}$ chén xi-rô ngô nhẹ
- 1 chén Manchego cắt nhỏ
- $\frac{1}{2}$ cốc mứt xoài

Hướng:

a) Trộn khoảng 2 muỗng canh sữa với bột ngô trong một cái bát nhỏ để tạo thành hỗn hợp sánh mịn.

b) Đánh kem phô mai và muối trong một bát vừa cho đến khi mịn.

c) Đổ đầy nước và đá vào một cái tô lớn.

d) Nấu Kết hợp sữa còn lại, kem, đường và xi-rô ngô trong nồi 4 lít, đun sôi trên lửa vừa và cao và đun sôi trong 4 phút. Tắt bếp và cho dần hỗn hợp bột ngô và Manchego vào. Đun sôi hỗn hợp trở lại ở nhiệt độ trung bình cao và nấu, khuấy bằng thìa chịu nhiệt, cho đến khi hơi đặc lại, khoảng 1 phút. Loại bỏ nhiệt.

e) Làm lạnh Dần dần trộn hỗn hợp sữa nóng vào pho mát kem cho đến khi mịn. Đổ hỗn hợp vào túi đông lạnh Ziplock 1 gallon và ngâm túi kín vào bồn nước đá. Để yên, thêm đá nếu cần, cho đến khi lạnh, khoảng 30 phút.

f) Đóng băng Lấy hộp đông lạnh ra khỏi tủ đông, lắp ráp máy làm kem của bạn và bật nó lên. Đổ đế kem vào hộp và quay cho đến khi kem đặc lại.

g) Cho kem vào hộp bảo quản, cho mứt vào từng lớp. Ấn trực tiếp một tờ giấy da lên bề mặt và đậy kín bằng nắp đậy kín.

h) Đóng băng ở phần lạnh nhất của tủ đông cho đến khi cứng lại, ít nhất 4 giờ.

18. Mãng cầu xi-rô ngô và mật ong

Làm cho khoảng 1 quart

Thành phần:

- 2⅔ cốc sữa nguyên chất
- 1 muỗng canh cộng với 2 muỗng cà phê bột bắp
- 2 ounce (4 muỗng canh) phô mai kem, làm mềm
- ⅛ muỗng cà phê muối biển mịn
- 1½ chén kem nặng
- ⅔ chén đường
- ¼ chén xi-rô ngô nhẹ
- ⅓ đến ½ cốc moonshine hoặc rượu whisky trắng
- ⅔ chén nửa quả hồ đào muối nướng
- ½ chén mãng cầu xi-rô ngô

Hướng:

a) Trộn khoảng 2 muỗng canh sữa với bột ngô trong một cái bát nhỏ để tạo thành hỗn hợp sánh mịn.

b) Đánh kem phô mai và muối trong một bát vừa cho đến khi mịn.

c) Đổ đầy nước và đá vào một cái tô lớn.

d) Nấu Kết hợp sữa còn lại, kem, đường và xi-rô ngô trong nồi 4 lít, đun sôi trên lửa vừa và cao và đun sôi trong 4 phút. Tắt bếp và cho từ từ hỗn hợp bột ngô vào. Đun sôi hỗn hợp trở lại ở nhiệt độ trung bình cao và nấu, khuấy bằng thìa chịu nhiệt, cho đến khi hơi đặc lại, khoảng 1 phút. Loại bỏ nhiệt.

e) Làm lạnh Dần dần trộn hỗn hợp sữa nóng vào pho mát kem cho đến khi mịn. Đổ hỗn hợp vào túi đông lạnh Ziplock 1 gallon và ngâm túi kín vào bồn nước đá. Để yên, thêm đá nếu cần, cho đến khi lạnh, khoảng 30 phút. Khuấy trong moonshine.

f) Đóng băng Lấy hộp đông lạnh ra khỏi tủ đông, lắp ráp máy làm kem của bạn và bật nó lên. Đổ đế kem vào hộp và quay cho đến khi kem đặc lại.

g) Cho kem vào hộp bảo quản, xếp từng lớp hồ đào và sữa trứng lên trên. Ăn trực tiếp một tờ giấy da lên bề mặt và đậy kín bằng nắp đậy kín.

h) Đóng băng ở phần lạnh nhất của tủ đông cho đến khi cứng lại, ít nhất 4 giờ.

19. Kem Cherry Nhà Trắng

Làm cho khoảng 1 quart

Thành phần:

- 2⅔ cốc sữa nguyên chất
- 1 muỗng canh cộng với 2 muỗng cà phê bột bắp
- 2 ounce (4 muỗng canh) phô mai kem, làm mềm
- $\frac{1}{8}$ muỗng cà phê muối biển mịn
- 1$\frac{1}{2}$ chén kem nặng
- $\frac{3}{4}$ chén đường
- $\frac{1}{4}$ chén xi-rô ngô nhẹ
- 1 đến 2 giọt chiết xuất hoa anh đào
- 4 ounces sô cô la trắng, xắt nhỏ
- $\frac{1}{4}$ chén Anh đào Nhà Trắng , để ráo nước
- Một nắm quả hồ trăn (tùy chọn)

Hướng:

a) Trộn khoảng 2 muỗng canh sữa với bột ngô trong một cái bát nhỏ để tạo thành hỗn hợp sánh mịn.

b) Đánh kem phô mai và muối trong một bát vừa cho đến khi mịn.

c) Đổ đầy nước và đá vào một cái tô lớn.

d) Nấu Kết hợp sữa còn lại, kem, đường và xi-rô ngô trong nồi 4 lít, đun sôi trên lửa vừa và cao và đun sôi trong 4 phút. Tắt bếp và cho từ từ hỗn hợp bột ngô vào. Đun sôi hỗn hợp trở lại ở nhiệt độ trung bình cao và nấu, khuấy bằng thìa chịu nhiệt, cho đến khi hơi đặc lại, khoảng 1 phút. Loại bỏ nhiệt.

e) Làm lạnh Dần dần trộn hỗn hợp sữa nóng vào pho mát kem cho đến khi mịn. Đổ hỗn hợp vào túi đông lạnh Ziplock 1 gallon và ngâm túi kín vào bồn nước đá. Để yên, thêm đá nếu cần, cho đến khi lạnh, khoảng 30 phút.

f) Đóng băng Lấy hộp đông lạnh ra khỏi tủ đông, lắp ráp máy làm kem của bạn và bật nó lên. Đổ phần đế kem vào hộp, thêm chiết xuất hoa anh đào và quay cho đến khi kem đặc lại. Trong khi đó, làm tan chảy sô cô la trong nồi hơi đôi trên nước sôi. Tắt bếp và để nguội cho đến khi còn ấm nhưng vẫn có thể rót được.

g) Khi kem gần như đã sẵn sàng, cho từ từ sô cô la tan chảy qua lỗ ở trên cùng của máy và để cho nó đông lại rồi chia nhỏ trong kem khoảng 2 phút.

h) Cho kem vào hộp bảo quản, cho quả anh đào và quả hồ trăn vào, nếu dùng, khi bạn sử dụng. Ấn trực tiếp một tờ giấy da lên bề mặt và đậy kín bằng nắp đậy kín.

i) Đóng băng ở phần lạnh nhất của tủ đông cho đến khi cứng lại, ít nhất 4 giờ.

20. Kem Yazoo Sue

Làm cho khoảng 1 quart

Thành phần:

- 2⅔ cốc sữa nguyên chất
- 1 muỗng canh cộng với 2 muỗng cà phê bột bắp
- 2 ounce (4 muỗng canh) phô mai kem, làm mềm
- ⅛ muỗng cà phê muối biển mịn
- 1½ chén kem nặng
- ¾ chén đường
- ¼ chén xi-rô ngô nhẹ
- ⅓ chén porter hun khói
- ½ chén hạt thanh Rosemary

Hướng:

a) Trộn khoảng 2 muỗng canh sữa với bột ngô trong một cái bát nhỏ để tạo thành hỗn hợp sánh mịn.

b) Đánh kem phô mai và muối trong một bát vừa cho đến khi mịn.

c) Đổ đầy nước và đá vào một cái tô lớn.

d) Nấu Kết hợp sữa còn lại, kem, đường và xi-rô ngô trong nồi 4 lít, đun sôi trên lửa vừa và cao và đun sôi trong 4 phút.

e) Tắt bếp và cho từ từ hỗn hợp bột ngô vào. Đun sôi hỗn hợp trở lại ở nhiệt độ trung bình cao và nấu, khuấy bằng thìa chịu nhiệt, cho đến khi hơi đặc lại, khoảng 1 phút. Loại bỏ nhiệt.

f) Làm lạnh Đổ dần hỗn hợp sữa nóng vào kem phô mai cho đến khi mịn, sau đó cho bia vào khuấy đều. Đổ hỗn hợp vào túi đông lạnh Ziplock 1 gallon và ngâm túi kín vào bồn nước đá. Để yên, thêm đá nếu cần, cho đến khi lạnh, khoảng 30 phút.

g) Đóng băng Lấy hộp đông lạnh ra khỏi tủ đông, lắp ráp máy làm kem của bạn và bật nó lên. Đổ đế kem vào hộp và quay cho đến khi kem đặc lại.

h) Đóng gói kem vào hộp bảo quản, gấp các thanh hạt khi bạn di chuyển. Ấn trực tiếp một tờ giấy da lên bề mặt và đậy kín bằng nắp đậy kín.

i) Đóng băng ở phần lạnh nhất của tủ đông cho đến khi cứng lại, ít nhất 4 giờ.

21. Buttermilk Soft-Serve

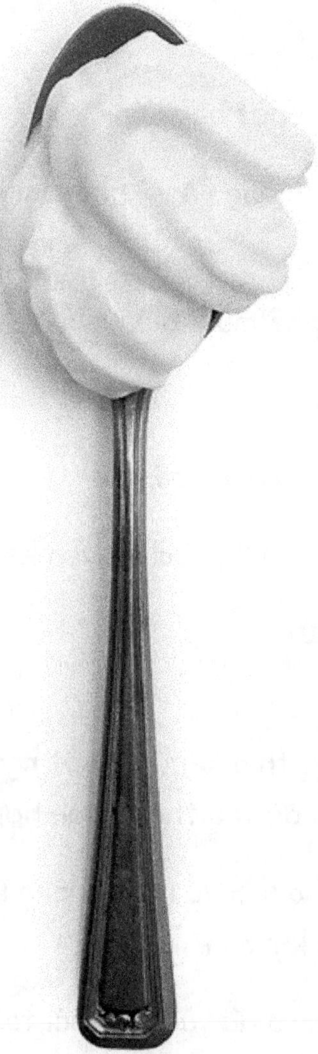

Làm cho khoảng 1 quart

Thành phần:

- $1\frac{1}{4}$ chén kem nặng
- 2 muỗng canh bột bắp
- 3 ounces (6 muỗng canh) phô mai kem, làm mềm
- $\frac{1}{4}$ muỗng cà phê muối biển mịn
- ⅔ chén đường
- 2 muỗng canh xi-rô ngô nhẹ
- $2\frac{1}{2}$ cốc buttermilk, sữa nguyên kem hoặc 2% sữa

Hướng:

a) Trộn 3 đến 4 thìa kem với bột ngô trong một bát nhỏ để tạo thành hỗn hợp sệt.

b) Đánh kem phô mai và muối trong một bát vừa cho đến khi mịn.

c) Đổ đầy nước và đá vào một cái tô lớn.

d) Nấu Kết hợp kem còn lại, đường và xi-rô ngô trong nồi 4 lít, đun sôi trên lửa vừa và cao và đun sôi trong 4 phút. Tắt bếp và cho từ từ hỗn hợp bột ngô vào. Đun sôi hỗn hợp trở lại ở nhiệt độ trung bình cao và nấu, khuấy bằng thìa chịu nhiệt, cho đến khi hơi đặc lại, khoảng 20 giây. Loại bỏ nhiệt.

e) Làm lạnh Dần dần trộn hỗn hợp sữa nóng vào pho mát kem cho đến khi mịn. Khuấy bơ sữa.

f) Ziplock 1 gallon và ngâm túi kín vào bồn nước đá. Để yên, thêm đá nếu cần, cho đến khi lạnh, khoảng 30 phút.

g) Đông cứng

h) Nếu sử dụng máy phục vụ mềm

i) Lấy hộp đông lạnh ra khỏi tủ đông, lắp ráp máy làm kem của bạn và bật nó lên. Đổ đế kem vào hộp và quay cho đến khi kem đặc lại. Sử dụng tay cầm để thả một ít kem vào tô. Nếu kem quá mềm, hãy đổ kem trở lại và tiếp tục khuấy cho đến khi đạt được độ đặc mong muốn. Phục vụ ngay lập tức.

j) Nếu sử dụng máy làm kem thông thường

k) Lấy hộp đông lạnh ra khỏi tủ đông, lắp ráp máy làm kem của bạn và bật nó lên. Đổ đế kem vào hộp và quay cho đến khi kem đặc lại.

l) Phục vụ trực tiếp từ máy, hoặc đối với phiên bản có thể múc được, hãy đóng gói kem vào hộp bảo quản. Ấn trực tiếp một tờ giấy da lên bề mặt và đậy kín bằng nắp đậy kín.

m) Đóng băng ở phần lạnh nhất của tủ đông cho đến khi cứng lại, ít nhất 4 giờ.

BÁNH TRỨNG

22. Mãng cầu đông lạnh vani mặn

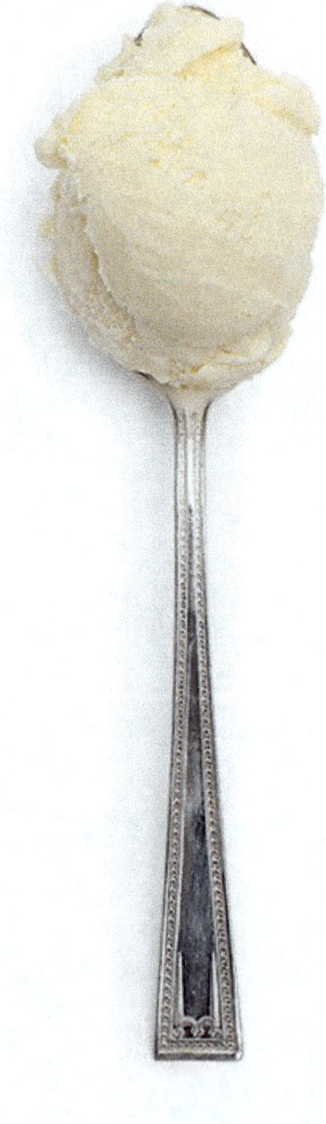

Làm cho khoảng 1 quart

Thành phần:

- $2\frac{3}{4}$ cốc sữa nguyên chất
- 6 lòng đỏ trứng lớn
- 1 muỗng canh cộng với 2 muỗng cà phê bột bắp
- 1 ounce (2 muỗng canh) phô mai kem, làm mềm
- $\frac{3}{4}$ muỗng cà phê muối biển mịn
- 3 muỗng cà phê chiết xuất vani
- 1 chén kem nặng
- $\frac{3}{4}$ chén đường
- 2 muỗng canh xi-rô ngô nhẹ

Hướng:

a) Trộn khoảng 2 muỗng canh sữa, lòng đỏ trứng và bột ngô trong một cái bát nhỏ và để sang một bên.

b) Đánh kem phô mai, muối và vani trong một bát vừa cho đến khi mịn.

c) Đổ đầy nước và đá vào một cái tô lớn.

d) Nấu Kết hợp sữa còn lại, kem, đường và xi-rô ngô trong nồi 4 lít, đun sôi trên lửa vừa và cao và đun sôi trong 4 phút.

e) Tắt bếp và thêm dần khoảng 2 cốc hỗn hợp sữa nóng vào hỗn hợp lòng đỏ trứng, mỗi lần một thìa, khuấy đều sau mỗi lần thêm.

f) Đổ lại hỗn hợp vào nồi và đun trên lửa vừa, khuấy liên tục bằng thìa cách nhiệt, cho đến khi hỗn hợp sôi. Tắt bếp và lọc qua rây nếu cần.

g) Làm lạnh Dần dần trộn hỗn hợp sữa nóng vào hỗn hợp kem phô mai cho đến khi mịn. Đổ hỗn hợp vào túi đông lạnh Ziplock 1 gallon và ngâm túi kín vào bồn nước đá. Để yên, thêm đá nếu cần, cho đến khi lạnh, khoảng 30 phút.

h) Đóng băng Lấy hộp đông lạnh ra khỏi tủ đông, lắp ráp máy làm kem của bạn và bật nó lên. Đổ đế sữa trứng vào hộp và quay cho đến khi đặc và sánh như kem.

i) Đóng gói mãng cầu vào thùng bảo quản. Ấn trực tiếp một tờ giấy da lên bề mặt và đậy kín bằng nắp đậy kín. Đóng băng ở phần lạnh nhất của tủ đông cho đến khi cứng lại, ít nhất 4 giờ.

23. Bánh mì nướng kiểu Pháp đông lạnh

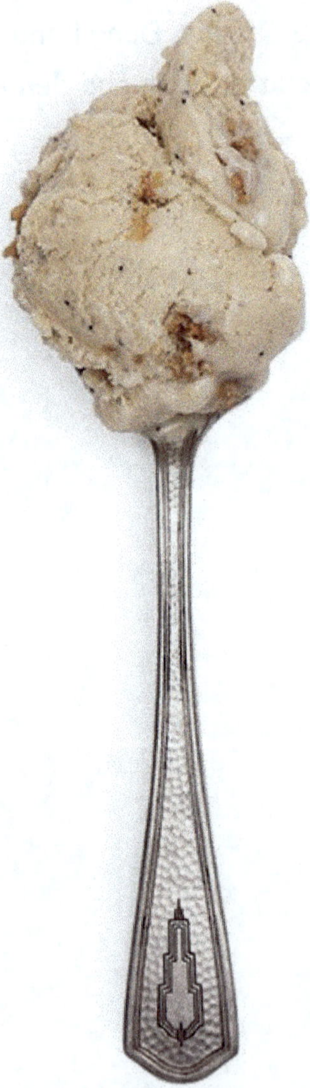

Làm cho khoảng 1 quart

Thành phần:

- $2\frac{3}{4}$ cốc sữa nguyên chất
- 6 lòng đỏ trứng lớn
- 1 muỗng canh cộng với 2 muỗng cà phê bột bắp
- 1 ounce (2 muỗng canh) phô mai kem, làm mềm
- $\frac{1}{2}$ muỗng cà phê chiết xuất vani
- 1 muỗng cà phê bột quế
- 1 muỗng cà phê cà phê mới rang, xay mịn
- $\frac{1}{4}$ muỗng cà phê muối
- 1 chén kem nặng
- 2 muỗng canh xi-rô ngô nhẹ
- $1\frac{1}{2}$ chén xi-rô phong
- $\frac{1}{2}$ cốc ($\frac{1}{4}$-inch) khối brioche (từ 2 đến 3 lát brioche), nướng hoặc sỏi bánh mì nướng kiểu Pháp

Hướng:

a) Trộn khoảng 2 muỗng canh sữa, lòng đỏ trứng và bột ngô trong một cái bát nhỏ và để sang một bên.

b) Đánh kem phô mai, vani, quế, cà phê và muối trong một bát vừa cho đến khi mịn.

c) Trộn kem với xi-rô ngô trong một bát nhỏ.

d) Đổ đầy nước và đá vào một cái tô lớn.

e) Nấu Đun sôi xi-rô cây thích trong nồi 4 lít trên lửa vừa và cao. Giảm nhiệt xuống mức trung bình và tiếp tục nấu trong 8 phút, cho đến khi xi-rô giảm đi một nửa. Tắt bếp và thêm dần hỗn hợp kem vào, từng thìa một, khuấy liên tục. Khuấy trong sữa còn lại.

f) Đặt lại xoong lên bếp và đun ở lửa vừa, đun sôi hỗn hợp và nấu trong 4 phút (nó có thể bị vón cục do phong có tính axit, nhưng nó sẽ kết lại với nhau trong món sữa trứng đã hoàn thành).

g) Tắt bếp và thêm dần khoảng 2 cốc hỗn hợp này vào hỗn hợp lòng đỏ trứng, mỗi lần một thìa, khuấy đều sau mỗi lần thêm.

h) Đổ hỗn hợp vào nồi và đun trên lửa vừa cho đến khi hỗn hợp sôi trở lại thì bắc ra khỏi bếp. Lọc qua rây nếu cần.

i) Làm lạnh Dần dần trộn hỗn hợp sữa nóng vào hỗn hợp kem phô mai cho đến khi mịn. Đổ hỗn hợp vào túi đông lạnh Ziplock 1 gallon và ngâm túi kín vào bồn nước đá. Để yên, thêm đá nếu cần, cho đến khi lạnh, khoảng 30 phút.

j) Đóng băng Lấy hộp đông lạnh ra khỏi tủ đông, lắp ráp máy làm kem của bạn và bật nó lên. Đổ đế sữa trứng vào hộp và quay cho đến khi đặc và sánh như kem.

k) Đóng gói sữa trứng vào hộp đựng, trộn các khối bánh mì nướng đã nướng vào khi bạn đi. Ấn trực tiếp một tờ giấy da lên bề mặt và đậy kín bằng nắp đậy kín. Đóng băng ở phần lạnh nhất của tủ đông cho đến khi cứng lại, ít nhất 4 giờ.

24. Eggnog sữa trứng đông lạnh

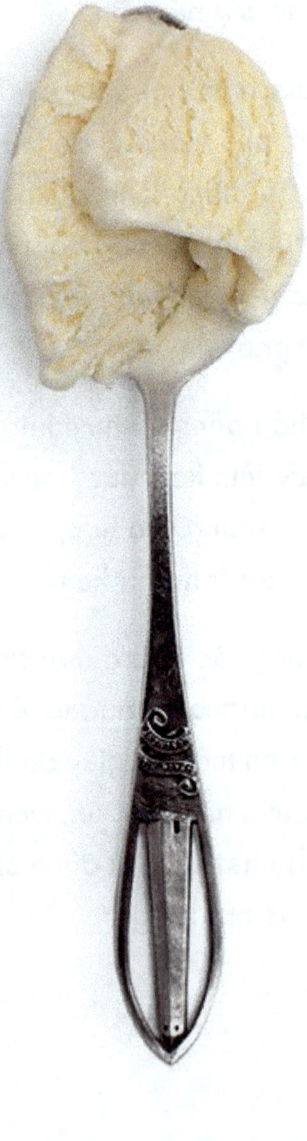

Làm cho khoảng 1 quart

Thành phần:

- $2\frac{3}{4}$ cốc sữa nguyên chất
- 6 lòng đỏ trứng lớn
- 1 muỗng canh cộng với 2 muỗng cà phê bột bắp
- 1 ounce (2 muỗng canh) phô mai kem, làm mềm
- $\frac{1}{2}$ muỗng cà phê muối biển mịn
- $\frac{1}{8}$ muỗng cà phê hạt nhục đậu khấu
- $\frac{1}{2}$ muỗng cà phê chiết xuất vani
- 1 chén kem nặng
- $\frac{3}{4}$ chén đường
- 2 muỗng canh xi-rô ngô nhẹ
- $\frac{1}{4}$ chén rượu whisky (hoặc rượu rum hoặc rượu mạnh)

Hướng:

a) Trộn khoảng 2 muỗng canh sữa, lòng đỏ trứng và bột ngô trong một cái bát nhỏ và để sang một bên.

b) Đánh kem phô mai, muối, nhục đậu khấu và vani trong một bát vừa cho đến khi mịn.

c) Đổ đầy nước và đá vào một cái tô lớn.

d) Nấu Kết hợp sữa còn lại, kem, đường và xi-rô ngô trong nồi 4 lít, đun sôi trên lửa vừa và cao và đun sôi trong 4 phút.

e) Tắt bếp và thêm dần khoảng 2 cốc hỗn hợp sữa nóng vào hỗn hợp lòng đỏ trứng, mỗi lần một thìa, khuấy đều sau mỗi lần thêm.

f) Đổ lại hỗn hợp vào nồi và đun trên lửa vừa, khuấy liên tục bằng thìa cách nhiệt, cho đến khi hỗn hợp sôi. Tắt bếp và lọc qua rây nếu cần.

g) Làm lạnh Dần dần trộn hỗn hợp sữa nóng vào hỗn hợp kem phô mai cho đến khi mịn. Đổ hỗn hợp vào túi đông lạnh Ziplock 1 gallon và ngâm túi kín vào bồn nước đá.

Để yên, thêm đá nếu cần, cho đến khi lạnh, khoảng 30 phút.

h) Đóng băng Lấy hộp đông lạnh ra khỏi tủ đông, lắp ráp máy làm kem của bạn và bật nó lên. Đổ đế sữa trứng vào hộp, thêm rượu whisky và quay cho đến khi đặc và sánh như kem.

i) Đóng gói mãng cầu vào thùng bảo quản. Ấn trực tiếp một tờ giấy da lên bề mặt và đậy kín bằng nắp đậy kín. Đóng băng ở phần lạnh nhất của tủ đông cho đến khi cứng lại, ít nhất 4 giờ.

25. Cam-Blossom Bisque Custard

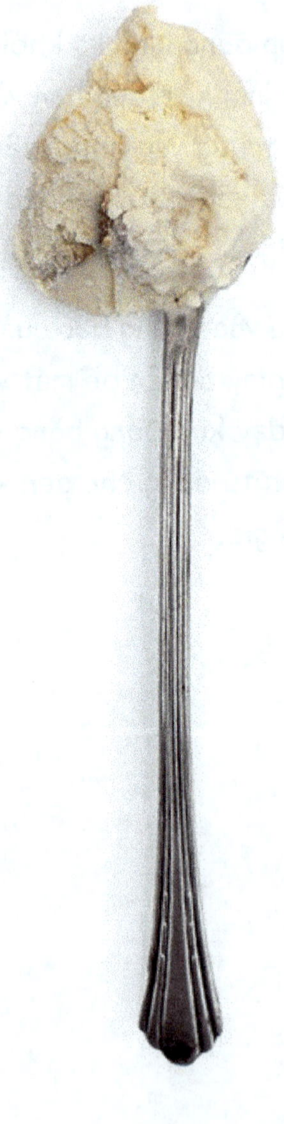

Làm cho khoảng 1 quart

Thành phần:

- $2\frac{3}{4}$ cốc sữa nguyên chất
- 6 lòng đỏ trứng lớn
- 1 muỗng canh cộng với 2 muỗng cà phê bột bắp
- 1 ounce (2 muỗng canh) phô mai kem, làm mềm
- 2 muỗng cà phê chiết xuất vani
- $\frac{3}{4}$ muỗng cà phê chiết xuất hạnh nhân
- $\frac{1}{2}$ muỗng cà phê muối biển mịn
- 1 chén kem nặng
- $\frac{3}{4}$ chén đường
- 2 muỗng canh xi-rô ngô nhẹ
- 1 đến 2 giọt tinh dầu hoa cam
- $\frac{1}{2}$ chén hạnh nhân nướng, thái nhỏ
- $\frac{1}{2}$ chén bánh quy amaretti vụn

- 12 đến 16 quả anh đào Amarena (xem Nguồn ; tùy chọn)

Hướng:

a) Trộn khoảng 2 muỗng canh sữa, lòng đỏ trứng và bột ngô trong một cái bát nhỏ và để sang một bên.

b) Đánh kem phô mai, vani, chiết xuất hạnh nhân và muối trong một bát vừa cho đến khi mịn.

c) Đổ đầy nước và đá vào một cái tô lớn.

d) Nấu Kết hợp sữa còn lại, kem, đường và xi-rô ngô trong nồi 4 lít, đun sôi trên lửa vừa và cao và đun sôi trong 4 phút.

e) Tắt bếp và thêm dần khoảng 2 cốc hỗn hợp sữa nóng vào hỗn hợp lòng đỏ trứng, mỗi lần một thìa, khuấy đều sau mỗi lần thêm.

f) Đổ lại hỗn hợp vào nồi và đun trên lửa vừa, khuấy liên tục bằng thìa cách nhiệt, cho đến khi hỗn hợp sôi. Tắt bếp và lọc qua rây nếu cần.

g) Làm lạnh Dần dần trộn hỗn hợp sữa nóng vào hỗn hợp kem phô mai cho đến khi mịn. Đổ hỗn hợp vào túi đông lạnh Ziplock 1 gallon và ngâm túi kín vào bồn nước đá. Để yên, thêm đá nếu cần, cho đến khi lạnh, khoảng 30 phút.

h) Đóng băng Lấy hộp đông lạnh ra khỏi tủ đông, lắp ráp máy làm kem của bạn và bật nó lên. Đổ đế sữa trứng vào hộp, nhỏ tinh dầu hoa cam lên trên và quay cho đến khi đặc và sánh như kem.

i) Cho sữa trứng vào hộp bảo quản, xếp từng lớp hạnh nhân nướng và amaretti lên trên. Ấn trực tiếp một tờ giấy da lên bề mặt và đậy kín bằng nắp đậy kín. Đóng băng ở phần lạnh nhất của tủ đông cho đến khi cứng lại, ít nhất 4 giờ.

j) Trang trí với quả anh đào, nếu sử dụng, khi bạn phục vụ.

26. Caramel Crème sans Lait

Làm cho khoảng 1 quart

Thành phần:

- $2\frac{3}{4}$ cốc sữa hạnh nhân
- 2 muỗng canh tinh bột sắn
- ⅓ chén hạt điều thô
- 2 ounce (4 muỗng canh) phô mai kem thuần chay
- $1\frac{1}{4}$ chén dầu dừa tinh luyện, ở nhiệt độ phòng
- $\frac{1}{2}$ muỗng cà phê muối biển mịn
- ⅓ chén xi-rô ngô nhẹ
- ⅔ chén đường
- 1 quả vani tách đôi, nạo bỏ hạt, để riêng hạt và đậu

Hướng:

a) Trộn khoảng 2 muỗng canh sữa hạnh nhân với bột sắn trong một cái bát nhỏ để tạo thành hỗn hợp sánh mịn. Nếu sử dụng hạt điều thô, hãy nghiền chúng thành bột nhão rất mịn trong máy chế biến thực phẩm hoặc bằng cối và chày.

b) Đánh kem pho mát, nếu sử dụng, dầu dừa, bột điều và muối trong một cái bát cho đến khi mịn và kem.

c) Đổ xi-rô ngô vào sữa hạnh nhân còn lại trong một cái bát.

d) Đổ đầy nước và đá vào một cái tô lớn.

e) Nấu Đun nóng đường trong chảo 4 lít trên lửa vừa cho đến khi đường tan chảy và có màu vàng hổ phách .

f) Tắt bếp và khuấy liên tục, từ từ thêm một chút hỗn hợp sữa hạnh nhân vào caramel: nó sẽ sủi bọt, nổ tung và phun ra.

g) Khuấy cho đến khi kết hợp tốt, sau đó thêm một chút sữa hạnh nhân và khuấy đều. Tiếp tục thêm sữa từng chút một cho đến khi tất cả được kết hợp.

h) Cho từ từ hỗn hợp bột sắn, hạt vani và đậu vào. Bắc chảo lên bếp, đun sôi ở nhiệt độ trung bình cao và nấu, khuấy bằng thìa chịu nhiệt trong 20 đến 30 giây, cho đến khi hỗn hợp hơi đặc lại.

i) Loại bỏ nhiệt. Nếu vẫn còn vết caramel, hãy lọc hỗn hợp qua rây.

j) Làm lạnh Dần dần trộn hỗn hợp sữa nóng vào hỗn hợp kem phô mai, khuấy cho đến khi kết hợp tốt.

k) Ziplock 1 gallon và ngâm túi kín vào bồn nước đá. Để yên, thêm đá nếu cần, cho đến khi lạnh, khoảng 30 phút.

l) Đóng băng Lấy hộp đông lạnh ra khỏi tủ đông, lắp ráp máy làm kem của bạn và bật nó lên. Đổ phần kem nền vào hộp và quay cho đến khi đặc và sánh như kem.

m) Loại bỏ đậu vani và loại bỏ. Đóng gói kem vào thùng chứa.

n) Ấn trực tiếp một tờ giấy da lên bề mặt và đậy kín bằng nắp đậy kín.

o) Đóng băng ở phần lạnh nhất của tủ đông cho đến khi cứng lại, ít nhất 4 giờ.

SỮA CHUA ĐÔNG LẠNH

27. Sữa chua đông lạnh gừng tươi

Làm cho khoảng 1 quart

Thành phần:

Cơ sở sữa chua đông lạnh

- 1 lít sữa chua ít béo
- $1\frac{1}{2}$ cốc sữa nguyên chất
- 2 muỗng canh bột bắp
- 2 ounce (4 muỗng canh) phô mai kem, làm mềm
- $\frac{1}{2}$ muỗng cà phê bột củ cải đường (để biết màu; xem Nguồn ; tùy chọn)
- $\frac{1}{8}$ muỗng cà phê bột nghệ (để có màu; tùy chọn)
- $\frac{1}{2}$ cốc kem nặng
- $\frac{2}{3}$ chén đường
- $\frac{1}{4}$ chén xi-rô ngô nhẹ

xi-rô gừng

- $\frac{1}{2}$ cốc nước cốt chanh tươi (từ 2 đến 3 quả chanh)
- 3 muỗng canh đường

- 2 ounce gừng tươi (một miếng dài khoảng 4 inch), gọt vỏ và thái thành đồng xu $\frac{1}{8}$ inch
- $\frac{1}{2}$ muỗng cà phê bột gừng

Hướng:

Đối với sữa chua căng thẳng

a) Đặt một cái rây lên trên một cái bát và lót nó bằng hai lớp vải thưa. Đổ sữa chua vào rây, dùng màng bọc thực phẩm bọc lại và cho vào tủ lạnh từ 6 đến 8 tiếng để ráo nước. Đổ bỏ chất lỏng và đong $1\frac{1}{4}$ cốc sữa chua đặc; để qua một bên.

Đối với xi-rô gừng

b) Kết hợp nước cốt chanh với đường trong một cái chảo nhỏ và đun sôi ở nhiệt độ trung bình cao, khuấy đều để đường tan. Tắt bếp, thêm gừng thái lát và bột gừng, để nguội. Lọc gừng thái lát và đặt xi-rô sang một bên.

Đối với cơ sở sữa chua đông lạnh

c) Trộn khoảng 2 muỗng canh sữa với bột ngô trong một cái bát nhỏ để tạo thành hỗn hợp sánh mịn.

d) Đánh kem pho mát, bột củ cải đường và bột nghệ, nếu sử dụng, trong một bát vừa cho đến khi mịn.

e) Đổ đầy nước và đá vào một cái tô lớn.

f) Nấu Kết hợp sữa còn lại, kem, đường và xi-rô ngô trong nồi 4 lít, đun sôi trên lửa vừa và cao và đun sôi trong 4 phút. Tắt bếp và cho từ từ hỗn hợp bột ngô vào. Đun sôi hỗn hợp trở lại ở nhiệt độ trung bình cao và nấu, khuấy bằng thìa chịu nhiệt, cho đến khi hơi đặc lại, khoảng 1 phút. Loại bỏ nhiệt.

g) Làm lạnh Dần dần trộn hỗn hợp sữa nóng vào pho mát kem cho đến khi mịn. Thêm $1\frac{1}{4}$ cốc sữa chua và xi-rô gừng. Đổ hỗn hợp vào túi đông lạnh Ziplock 1 gallon và ngâm túi kín vào bồn nước đá. Để yên, thêm đá nếu cần, cho đến khi lạnh, khoảng 30 phút.

h) Đóng băng Lấy hộp đông lạnh ra khỏi tủ đông, lắp ráp máy làm kem của bạn và bật nó lên. Đổ phần đế sữa chua đông lạnh vào hộp đông lạnh và quay cho đến khi đặc và sánh như kem.

i) Đóng gói sữa chua đông lạnh vào hộp bảo quản. Ấn trực tiếp một tờ giấy da lên bề mặt và đậy kín bằng nắp đậy kín. Đóng băng ở phần lạnh nhất của tủ đông cho đến khi cứng lại, ít nhất 4 giờ.

28. Sữa chua đông lạnh đào tươi

Làm cho khoảng 1 quart

Thành phần:

Cơ sở sữa chua đông lạnh

- 1 lít sữa chua ít béo
- ⅔ cốc bơ sữa (hoặc sữa nguyên chất bổ sung)
- 1 cốc sữa nguyên kem
- 2 muỗng canh bột bắp
- 2 ounce (4 muỗng canh) phô mai kem, làm mềm
- ¼ muỗng cà phê muối biển mịn
- ½ cốc kem nặng
- ⅔ chén đường
- ¼ chén xi-rô ngô nhẹ

đào xay nhuyễn

- 2 đến 3 quả đào vàng chín, bóc vỏ, rỗ và cắt thành những miếng thô
- ⅓ chén đường

- $\frac{1}{4}$ cốc nước cốt chanh tươi (từ khoảng 2 quả chanh)

Hướng:

Đối với sữa chua căng thẳng

a) Đặt một cái rây lên trên một cái bát và lót nó bằng hai lớp vải thưa. Đổ sữa chua vào rây, dùng màng bọc thực phẩm bọc lại và cho vào tủ lạnh từ 6 đến 8 tiếng để ráo nước. Đổ bỏ chất lỏng và đong $1\frac{1}{4}$ cốc sữa chua đặc. Thêm bơ sữa và đặt sang một bên.

Đối với sữa chua đông lạnh

b) Trộn khoảng 2 muỗng canh sữa với bột ngô trong một cái bát nhỏ để tạo thành hỗn hợp sánh mịn.

c) Đánh kem phô mai và muối trong một bát vừa cho đến khi mịn.

d) Đổ đầy nước và đá vào một cái tô lớn.

Đối với đào nhuyễn

e) Xay nhuyễn đào trong máy xay thực phẩm. Chuyển ⅔ chén hỗn hợp nhuyễn vào một cái bát nhỏ. Dự trữ phần còn lại cho sử dụng khác.

f) Kết hợp đường và nước cốt chanh trong một cái chảo vừa và đun sôi ở nhiệt độ trung bình cao, khuấy cho đến khi đường tan. Thêm vào đào nhuyễn và để nguội.

g) Nấu Kết hợp sữa còn lại, kem, đường và xi-rô ngô trong nồi 4 lít, đun sôi trên lửa vừa và cao và đun sôi trong 4 phút. Tắt bếp và cho từ từ hỗn hợp bột ngô vào. Đun sôi hỗn hợp trở lại ở nhiệt độ trung bình cao và nấu, khuấy bằng thìa chịu nhiệt, cho đến khi hơi đặc lại, khoảng 1 phút. Loại bỏ nhiệt.

h) Làm lạnh Dần dần trộn hỗn hợp sữa nóng vào pho mát kem cho đến khi mịn. Thêm $1\frac{1}{4}$ cốc sữa chua đã để sẵn và đào xay nhuyễn. Đổ hỗn hợp vào túi đông lạnh Ziplock 1 gallon và ngâm túi kín vào bồn nước đá. Để yên, thêm đá nếu cần, cho đến khi lạnh, khoảng 30 phút.

i) Đóng băng Lấy hộp đông lạnh ra khỏi tủ đông, lắp ráp máy làm kem của bạn và bật nó lên. Đổ phần đế sữa chua đông lạnh vào hộp đông lạnh và quay cho đến khi đặc và sánh như kem.

j) Đóng gói sữa chua đông lạnh vào hộp bảo quản. Ấn trực tiếp một tờ giấy da lên bề mặt và đậy kín bằng nắp đậy kín. Đóng băng ở phần lạnh nhất của tủ đông cho đến khi cứng lại, ít nhất 4 giờ.

29. Bánh Iceland sữa chua đông lạnh

Làm cho khoảng 1 quart

Thành phần:

- $1\frac{1}{2}$ cốc sữa nguyên chất
- 2 muỗng canh bột bắp
- $1\frac{1}{4}$ cốc skyr
- 2 ounce (4 muỗng canh) phô mai kem, làm mềm
- $\frac{1}{2}$ cốc kem nặng
- ⅔ chén đường
- $\frac{1}{4}$ chén xi-rô ngô nhẹ
- $\frac{1}{2}$ chén Bánh Lady vụn , đông lạnh
- $\frac{1}{2}$ chén Streusel , làm bằng yến mạch và nướng thêm 20 phút
- ⅔ chén nước sốt đại hoàng hầm

Hướng:

a) Trộn khoảng 2 muỗng canh sữa với bột ngô trong một cái bát nhỏ để tạo thành hỗn hợp sánh mịn.

b) Đánh pho mát skyr và kem trong một bát vừa cho đến khi mịn.

c) Đổ đầy nước và đá vào một cái tô lớn.

d) Nấu Kết hợp sữa còn lại, kem, đường và xi-rô ngô trong nồi 4 lít, đun sôi trên lửa vừa và cao và đun sôi trong 4 phút.

e) Tắt bếp và cho từ từ hỗn hợp bột ngô vào. Đun sôi hỗn hợp trở lại ở nhiệt độ trung bình cao và nấu, khuấy bằng thìa chịu nhiệt, cho đến khi hơi đặc lại, khoảng 1 phút. Loại bỏ nhiệt.

f) Làm lạnh Dần dần trộn hỗn hợp sữa nóng vào pho mát kem cho đến khi mịn. Đổ hỗn hợp vào túi đông lạnh Ziplock 1 gallon và ngâm túi kín vào bồn nước đá. Để yên, thêm đá nếu cần, cho đến khi lạnh, khoảng 30 phút.

g) Đóng băng Lấy hộp đông lạnh ra khỏi tủ đông, lắp ráp máy làm kem của bạn và bật nó lên. Đổ phần đế sữa chua vào hộp và quay cho đến khi đặc và sánh như kem.

h) Thao tác nhanh chóng, gói sữa chua đông lạnh vào hộp bảo quản, xen kẽ các lớp sữa chua đông lạnh, bánh ngọt, streusel và sốt đại hoàng. Ấn trực tiếp một tờ giấy da lên bề mặt và đậy kín bằng nắp đậy kín.

i) Đóng băng ở phần lạnh nhất của tủ đông cho đến khi cứng lại, ít nhất 4 giờ.

KEM TRÁI CÂY

30. Kem Bellini

Làm cho khoảng 1 quart

Thành phần:

- 4 quả đào chín (khoảng $1\frac{3}{4}$ pounds), gọt vỏ, bỏ hạt và xay nhuyễn trong máy xay thực phẩm
- ⅔ chén đường
- $\frac{1}{4}$ chén xi-rô ngô nhẹ
- ⅔ cốc Burgundy trắng
- 3 muỗng canh nước cốt chanh tươi

Hướng:

a) Nấu Kết hợp đào xay nhuyễn, đường, xi-rô ngô, rượu và nước cốt chanh trong nồi vừa và đun sôi, khuấy cho đến khi đường tan. Chuyển sang một bát vừa và để nguội.

b) Làm lạnh Đặt đế sorbet vào tủ lạnh và làm lạnh trong ít nhất 2 giờ.

c) Đóng băng Lấy hộp đông lạnh ra khỏi tủ đông, lắp ráp máy làm kem của bạn và bật nó lên. Đổ đế sorbet vào hộp và chỉ quay cho đến khi nó có độ đặc của kem đánh bông rất mềm.

d) Đóng gói sorbet vào thùng chứa. Ấn trực tiếp một tờ giấy da lên bề mặt và đậy kín bằng nắp đậy kín. Đóng băng ở phần lạnh nhất của tủ đông cho đến khi cứng lại, ít nhất 4 giờ.

31. kem bưởi

Làm cho khoảng 1 quart

Thành phần:

- 4 quả nho
- 3 muỗng canh nước cốt chanh tươi
- ½ chén xi-rô ngô nhẹ
- ⅔ chén đường
- Hương liệu tùy chọn: Một vài nhánh ngải giấm, húng quế hoặc hoa oải hương; hoặc ½ nửa quả vani tách đôi, bỏ hạt
- ¼ chén rượu vodka

Hướng:

a) Chuẩn bị Dùng dụng cụ gọt vỏ, loại bỏ 3 dải vỏ từ 1 quả bưởi. Cắt đôi tất cả các quả nho và ép lấy 3 cốc nước ép từ chúng.

b) Nấu Kết hợp nước ép bưởi, vỏ, nước cốt chanh, xi-rô ngô và đường trong nồi 4 lít và đun sôi, khuấy đều để đường tan. Chuyển sang một bát vừa, thêm hương liệu, nếu sử dụng và để nguội.

c) Làm lạnh Loại bỏ vỏ bưởi. Đặt đế sorbet vào tủ lạnh và làm lạnh ít nhất 2 giờ.

d) Đóng băng Lấy đế sorbet ra khỏi tủ lạnh và lọc bỏ chất thơm. Thêm rượu vodka. Lấy hộp đông lạnh ra khỏi tủ đông, lắp ráp máy làm kem của bạn và bật nó lên. Đổ đế sorbet vào hộp và chỉ quay cho đến khi nó có độ đặc của kem đánh bông rất mềm.

e) Đóng gói sorbet vào thùng chứa. Ấn trực tiếp một tờ giấy da lên bề mặt và đậy kín bằng nắp đậy kín. Đóng băng ở phần lạnh nhất của tủ đông cho đến khi cứng lại, ít nhất 4 giờ.

f)

32. Sorbet rượu sake mận

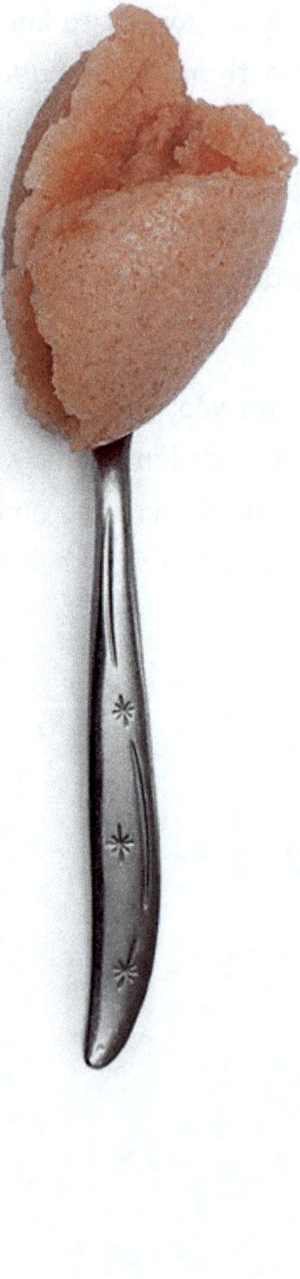

Làm cho khoảng 1 quart

Thành phần:

- 2 pound mận đen chín (khoảng 7 quả), bị rỗ nhưng chưa gọt vỏ
- ⅔ chén đường
- ½ chén xi-rô ngô nhẹ
- 1 chén rượu mận
- 2 thìa nước cốt chanh tươi

Hướng:

a) Chuẩn bị Xay nhuyễn mận trong máy xay thực phẩm cho đến khi mịn. Chuyển sang một bát vừa.

b) Nấu Kết hợp đường và xi-rô ngô trong nồi 4 lít và đun sôi, khuấy để hòa tan đường. Đánh xi-rô đường nóng vào mận xay nhuyễn.

c) Làm lạnh Cho hỗn hợp mận vào tủ lạnh và làm lạnh ít nhất 2 giờ.

d) Lọc hỗn hợp mận qua rây đặt trên bát, sau đó thêm rượu sake và nước cốt chanh.

e) Đóng băng Lấy hộp đông lạnh ra khỏi tủ đông, lắp ráp máy làm kem của bạn và bật nó lên. Đổ đế sorbet vào hộp và chỉ quay cho đến khi nó có độ đặc của kem đánh bông rất mềm.

f) Đóng gói sorbet vào thùng chứa. Ấn trực tiếp một tờ giấy da lên bề mặt và đậy kín bằng nắp đậy kín.

g) Đóng băng ở phần lạnh nhất của tủ đông cho đến khi cứng lại, ít nhất 4 giờ.

33. Sorbet mâm xôi đỏ

Làm cho khoảng 1 quart

Thành phần:

- 5 quả mâm xôi
- 1⅓ chén đường
- 1 chén xi-rô ngô
- ½ chén rượu vodka

Hướng:

a) Chuẩn bị Xay nhuyễn quả mâm xôi trong máy xay thực phẩm cho đến khi mịn. Lọc qua rây để loại bỏ hạt.

b) Nấu Kết hợp nước ép quả mâm xôi, đường và xi-rô ngô trong nồi 4 lít và đun sôi trên lửa vừa và cao, khuấy đều để đường tan. Tắt bếp, chuyển sang một bát vừa và để nguội.

c) Làm lạnh Đặt đế sorbet vào tủ lạnh và làm lạnh trong ít nhất 2 giờ.

d) Đóng băng Lấy đế sorbet ra khỏi tủ lạnh và thêm rượu vodka. Lấy hộp đông lạnh ra khỏi tủ đông, lắp ráp máy làm kem của bạn và bật nó lên. Đổ đế sorbet vào hộp và chỉ quay cho đến khi nó có độ đặc của kem đánh bông rất mềm.

e) Đóng gói sorbet vào thùng chứa. Ấn trực tiếp một tờ giấy da lên bề mặt và đậy kín bằng nắp đậy kín.

f) Đóng băng ở phần lạnh nhất của tủ đông cho đến khi cứng lại, ít nhất 4 giờ.

34. Sorbet trái cây đá

Làm cho khoảng 1 quart

Thành phần:

- 2 pound quả hạch (chẳng hạn như 1 quả đào vừa gọt vỏ, 2 quả mận lớn, 4 quả mơ và 16 quả anh đào đỏ sẫm), đã bỏ hạt
- ⅔ chén đường
- ⅓ chén xi-rô ngô nhẹ
- $\frac{1}{4}$ chén vodka trái cây đá

Hướng:

a) Chuẩn bị Xay nhuyễn trái cây trong máy xay thực phẩm cho đến khi mịn.

b) Nấu Kết hợp trái cây xay nhuyễn, đường và xi-rô ngô trong nồi 4 lít và đun nhỏ lửa, khuấy đều để đường tan. Tắt bếp, chuyển sang một bát vừa và để nguội.

c) Làm lạnh Lọc hỗn hợp qua rây vào một bát khác. Đặt trong tủ lạnh và làm lạnh trong ít nhất 2 giờ.

d) Đóng băng Lấy đế sorbet ra khỏi tủ lạnh và khuấy vodka. Lấy hộp đông lạnh ra khỏi tủ đông, lắp ráp máy làm kem của bạn và bật nó lên. Đổ đế sorbet vào hộp và chỉ quay cho đến khi nó có độ đặc của kem đánh bông rất mềm.

e) Đóng gói sorbet vào thùng chứa. Ấn trực tiếp một tờ giấy da lên bề mặt và đậy kín bằng nắp đậy kín. Đóng băng ở phần lạnh nhất của tủ đông cho đến khi cứng lại, ít nhất 4 giờ.

35. cỏ lúa mì & Sorbet Vinho Verde

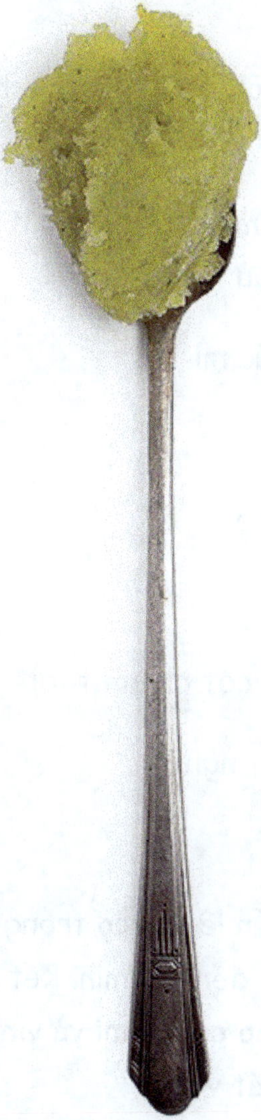

Làm cho khoảng 1 quart

Thành phần:

- 2 quả lê chín, cắt đôi, bỏ lõi và thái hạt lựu
- 2 quả táo Granny Smith, gọt vỏ, cắt đôi, bỏ lõi và thái hạt lựu
- ½ cốc nước ép cỏ lúa mì
- ½ cốc vinho verde
- ¼ chén xi-rô ngô nhẹ
- 1 chén đường
- 1 muỗng canh nước cốt chanh tươi
- ¼ muỗng cà phê bột nghệ

Hướng:

a) Chuẩn bị Xay nhuyễn lê và táo trong máy xay thực phẩm cho đến khi mịn. Kết hợp bột nhuyễn, nước ép cỏ lúa mì và vinho verde trong một bát vừa.

b) Nấu Kết hợp xi-rô ngô, đường, nước cốt chanh và bột nghệ, nếu sử dụng, trong một cái chảo vừa và đun sôi, khuấy đều để đường tan. Tắt bếp và khuấy đều lê và táo xay nhuyễn cho đến khi kết hợp hoàn toàn. Chuyển sang một bát vừa và để nguội.

c) Làm lạnh Đặt đế sorbet vào tủ lạnh và làm lạnh trong ít nhất 2 giờ.

d) Đóng băng Lấy hộp đông lạnh ra khỏi tủ đông, lắp ráp máy làm kem của bạn và bật nó lên. Đổ đế sorbet vào hộp và chỉ quay cho đến khi nó có độ đặc của kem đánh bông rất mềm.

e) Đóng gói sorbet vào thùng chứa. Ấn trực tiếp một tờ giấy da lên bề mặt và đậy kín bằng nắp đậy kín. Đóng băng ở phần lạnh nhất của tủ đông cho đến khi cứng lại, ít nhất 4 giờ.

MÓN TRÁNG KEM NƯỚNG

36. Bánh sô-cô-la

Làm từ 8 đến 10 phần ăn

Thành phần:

- $1\frac{1}{4}$ chén bột mì đa dụng chưa tẩy trắng hoặc bột mì không chứa gluten
- $1\frac{1}{4}$ chén đường
- $\frac{1}{2}$ muỗng cà phê baking soda
- $\frac{1}{2}$ muỗng cà phê muối biển mịn
- $4\frac{1}{2}$ ounce sô cô la không đường (99% cacao), thái nhỏ
- $\frac{1}{4}$ chén bột ca cao không đường
- 1 tách cà phê nóng
- ⅔ cốc kem chua
- 1 quả trứng lớn, bị đánh đập
- 2 muỗng cà phê chiết xuất vani
- Men sô cô la để phục vụ
- Bột ca cao để phủi bụi
- Kem bạn chọn để phục vụ

Hướng:

a) Đặt một cái giá ở giữa lò và làm nóng lò ở nhiệt độ 325°F. Bơ một chảo bánh tròn 9 inch. Đặt một miếng giấy da vào đáy và phết bơ, sau đó rắc bột mì lên chảo và rũ bỏ phần thừa.

b) Đánh đều bột mì, đường, muối nở và muối trong một tô lớn.

c) Kết hợp sô cô la và ca cao. Đổ cà phê nóng lên hỗn hợp và đánh cho đến khi mịn. Đánh kem chua, trứng và vani. Khuấy hỗn hợp kem chua vào hỗn hợp bột cho đến khi vừa kết hợp.

d) Cạo bột vào chảo bánh và làm phẳng mặt trên bằng mặt sau của thìa. Nướng trong vòng 40 đến 45 phút, cho đến khi một chiếc tăm cắm vào giữa rút ra chỉ còn một vài mẩu vụn ẩm bám vào. Để nguội hoàn toàn trong chảo trên giá.

e) Lật ngược bánh và loại bỏ giấy da. Một chút đường bột là tất cả những gì chiếc bánh này cần. Hoặc thử phủ một lớp men sô cô la lên trên, phủ một lớp bột ca cao và ăn kèm với một muỗng kem như trong ảnh.

37. bánh phu thê

Làm cho 8 đến 12 phần ăn

Thành phần:

- 1 chén bột bánh ngọt (không tự nở), bột mì làm bánh ngọt, bột ngô hoặc bột mì không chứa gluten
- $\frac{1}{4}$ muỗng cà phê muối nở
- $\frac{1}{2}$ muỗng cà phê bột nở
- $\frac{3}{4}$ muỗng cà phê muối biển mịn
- 6 muỗng canh ($\frac{3}{4}$ thanh) bơ không ướp muối, để mềm
- $\frac{3}{4}$ chén đường
- 2 quả trứng lớn, ở nhiệt độ phòng
- 1 muỗng cà phê chiết xuất vani
- $\frac{3}{4}$ chén kem chua hoặc bơ sữa

Hướng:

a) Làm nóng lò ở nhiệt độ 325°F. Bơ dưới đáy khuôn bánh tròn 9 inch. Lót một vòng giấy da và phết bơ lên giấy. Rắc bột mì và rũ bỏ phần thừa.

b) Rây bột mì, muối nở, bột nở và muối hai lần. Để qua một bên. Kết hợp bơ và đường trong một bát vừa và đánh ở tốc độ cao bằng máy trộn điện cho đến khi đặc và nhạt màu, khoảng 4 phút, cạo xuống các cạnh của bát nếu cần. Thêm 1 quả trứng và đánh cho đến khi kết hợp hoàn toàn. Thêm quả trứng thứ hai và vani và đánh cho đến khi kết hợp hoàn toàn. Cạo xuống các cạnh của bát và đánh bột cho đến khi mịn.

c) Thêm khoảng một phần ba hỗn hợp bột và trộn nhẹ nhàng bằng thìa cao su. Gấp khoảng một nửa số kem chua. Thêm một phần ba hỗn hợp bột và trộn nó vào, sau đó cho kem chua còn lại vào, và cuối cùng cho phần bột còn lại vào. Đừng trộn quá nhiều.

d) Đổ bột nhồi vào cái chảo đã được chuẩn bị. Nướng trong vòng 40 đến 50 phút, cho đến khi một chiếc tăm cắm vào giữa sẽ rút ra một vài mẩu vụn ẩm bám trên đó. Để nguội trong chảo trên giá trong 10 phút, sau đó úp bánh lên giá, lấy giấy da ra và để nguội hoàn toàn.

38. bánh trứng đường

Làm cho 8 phần ăn

Thành phần:

- 4 lòng trắng trứng lớn, ở nhiệt độ phòng
- $\frac{1}{4}$ muỗng cà phê kem cao răng
- 1 chén đường
- Cơ sở cho 1 mẻ kem bạn chọn (được chuẩn bị từ ngày hôm trước và ướp lạnh qua đêm)

Hướng:

a) Đặt các giá đỡ ở một phần ba trên và dưới của lò và làm nóng lò trước ở nhiệt độ 200°F. Vẽ một vòng tròn 8 inch trên mỗi hai tờ giấy da, lật tờ giấy lên và lót hai tờ giấy nướng lớn bằng giấy da.

b) Sử dụng máy đánh trứng, đánh lòng trắng trứng trong tô lớn ở tốc độ trung bình thấp cho đến khi sủi bọt, khoảng 45 giây.

c) Thêm cream of tartar, tăng tốc độ lên mức trung bình cao và đánh lòng trắng trứng cho đến khi chúng có màu trắng và đặc (độ đặc của kem cạo râu), khoảng 2 phút.

d) Từ từ rắc đường vào, đánh cho đến khi quyện vào nhau, sau đó đánh lòng trắng cho đến khi tạo thành chóp cứng. (Lật ngược máy đánh trứng: nếu các đỉnh không bị rủ xuống là chúng đã sẵn sàng.)

e) Lắp một túi bánh ngọt có đầu trơn $\frac{1}{4}$ inch và đổ đầy bánh trứng đường. Đúc bánh trứng đường theo hình xoắn ốc, theo từng vòng tròn có dấu vết, bắt đầu từ tâm và làm theo cách của bạn.

f) Nướng trong 1 tiếng rưỡi hoặc cho đến khi mặt ngoài của bánh trứng đường mịn, khô và chắc. Tắt lò và để bánh trứng đường nguội trong lò trong vài giờ.

g) Đặt một miếng giấy da giữa bánh trứng đường, bọc trong bọc nhựa và đông lạnh qua đêm.

h) Ngày hôm sau, lấy hộp đông lạnh ra khỏi tủ đông, lắp ráp máy làm kem của bạn và bật nó lên. Đổ đế kem vào tủ đông và quay cho đến khi kem đặc và sệt.

i) Khi kem đã làm xong, tắt máy và để kem trong đó.

j) Lấy một vỏ bánh trứng đường ra khỏi tủ đông và úp ngược nó lên khay nướng có lót giấy da. Làm nhanh, dùng thìa và phết khoảng 2 inch kem lên bánh trứng đường, cách mép khoảng $\frac{1}{2}$ inch.

k) Lấy bánh trứng đường thứ hai ra khỏi tủ đông và nhanh chóng đặt nó lên trên, mặt phải hướng lên trên. Đặt bánh meringue trở lại tủ đông và đóng băng trong ít nhất 4 giờ hoặc tối đa 1 ngày.

l) Đóng gói phần kem còn lại vào hộp bảo quản. Ấn trực tiếp một tờ giấy da lên bề mặt và đậy kín bằng nắp đậy kín. Đóng băng ở phần lạnh nhất trong tủ đông của bạn cho đến khi cứng lại, ít nhất 4 giờ, để phục vụ vào thời điểm khác.

m) Khi ăn, lấy bánh ra khỏi ngăn đá, cắt thành 8 miếng và dùng ngay.

n)

39. bánh Mochi

Làm từ 8 đến 10 phần ăn

Thành phần:

- 2 chén bột gạo ngọt
- $1\frac{1}{4}$ chén đường
- $1\frac{3}{4}$ muỗng cà phê bột nở
- Một nhúm quế xay
- 1⅓ cốc sữa cô đặc
- $1\frac{1}{4}$ chén nước cốt dừa không đường
- 2 quả trứng lớn, ở nhiệt độ phòng
- $1\frac{1}{2}$ muỗng cà phê chiết xuất vani
- $5\frac{1}{2}$ muỗng canh bơ không ướp muối, tan chảy

Hướng:

a) Đặt một cái giá ở giữa lò và làm nóng lò trước ở nhiệt độ 350°F. Bơ một ổ bánh mì 9 x 5 inch.

b) Rây bột gạo, đường, bột nở và quế vào tô lớn.

c) Cho sữa cô đặc, nước cốt dừa, trứng, vani và bơ vào tô rồi đánh đều. Tạo một cái giếng nhỏ ở giữa các nguyên liệu khô, đổ nguyên liệu lỏng vào và khuấy cho đến khi kết hợp hoàn toàn.

d) Đổ bột vào chảo ổ bánh mì và nướng trong 35 phút.

e) Xoay khuôn bánh và nướng thêm khoảng 35 phút nữa, cho đến khi chọc tăm vào giữa bánh rút ra có vài mẩu bánh ẩm bám vào.

f) Làm nguội bánh trong chảo trên giá trong 10 phút, sau đó úp ngược bánh lên giá để nguội hoàn toàn.

g) Cắt mochi thành khối 1 inch. Làm tan chảy 1 muỗng canh bơ không ướp muối trong chảo xào lớn. Thêm các hình khối, để yên cho đến khi vàng ở đáy, sau đó lặp lại ở mỗi bên. Phục vụ rải rác xung quanh kem và trái cây.

40. Đất Bánh Pudding bột

Làm từ 8 đến 10 phần ăn

Thành phần:

- 3 cốc nước ấm
- $\frac{3}{4}$ cốc đá xay
- $1\frac{1}{4}$ chén bột mì đa dụng chưa tẩy trắng hoặc bột mì không chứa gluten
- $1\frac{1}{2}$ muỗng cà phê bột nở
- $\frac{1}{2}$ muỗng cà phê muối biển mịn
- $\frac{1}{2}$ pound (2 que) bơ không ướp muối, để mềm
- 1 chén cộng với 2 muỗng canh đường
- 4 quả trứng lớn, ở nhiệt độ phòng
- $\frac{1}{2}$ chén kem chua hoặc bơ sữa
- Nước sốt Ancho-Orange Caramel để phục vụ
- Kem bạn chọn để phục vụ

Hướng:

a) Đun nước sôi trong nồi 2 lít.

b) Thêm các loại bột, đánh liên tục, sau đó nấu, thỉnh thoảng khuấy, cho đến khi chúng mềm và hơi tách ra khỏi thành chảo, từ 25 đến 30 phút. Lấy ra khỏi nhiệt và để nguội đến nhiệt độ phòng.

c) Đặt một cái giá ở giữa lò và làm nóng lò trước ở nhiệt độ 350°F. Bơ một món nướng 9 x 13 inch.

d) Đánh đều bột mì, bột nở và muối với nhau trong một bát vừa.

e) Sử dụng máy đánh trứng, đánh bơ và đường trong một tô lớn cho đến khi nhẹ và bông, khoảng 2 phút. Thêm từng quả trứng vào, đánh đều sau mỗi lần thêm.

f) Đánh kem chua và đá xay, sau đó thêm hỗn hợp bột và đánh cho đến khi kết hợp. Trải đều bột trong chảo đã chuẩn bị.

g) Nướng bánh trong vòng 35 đến 40 phút, cho đến khi bánh chín vàng và chọc một chiếc tăm vào giữa bánh, rút ra có một ít vụn bánh ẩm bám vào. Chuyển bánh ra giá và để nguội trong khuôn trong 5 phút, sau đó dùng dao lách quanh các mép bánh để bánh lỏng ra, úp ngược bánh lên giá và để nguội hoàn toàn.

h) Phục vụ với một lượng nước sốt Ancho-Orange Caramel lành mạnh và một hoặc hai muỗng kem.

41. tấm bánh

Làm từ 8 đến 10 phần ăn

Thành phần:

Bột

- $3\frac{3}{4}$ chén bột mì đa dụng chưa tẩy trắng
- $1\frac{1}{2}$ muỗng cà phê muối biển mịn
- $\frac{3}{4}$ chén rau củ nguội
- 12 muỗng canh ($1\frac{1}{2}$ que) bơ không ướp muối, cắt thành miếng và ướp lạnh, hoặc dầu thực vật
- $\frac{1}{2}$ chén cộng với 1 muỗng canh nước dá
- 1 trứng lớn
- 1 muỗng cà phê nước

quả trám

- 3 pound táo, mận, đào hoặc anh đào, thái lát, gọt vỏ và bỏ lõi; hoặc đại hoàng, thái thành miếng $\frac{1}{2}$ inch; hoặc toàn bộ quả mâm xôi, quả mâm xôi hoặc quả việt quất
- $\frac{1}{2}$ muỗng cà phê bột quế, bạch đậu khấu hoặc nhục đậu khấu

- 1 muỗng canh nước cốt chanh tươi
- $\frac{1}{2}$ chén đường
- $\frac{1}{4}$ chén bột mì đa dụng

Hướng:

a) Để làm bột nhào, trộn bột mì và muối trong một tô lớn. Sử dụng hai con dao hoặc máy cắt bánh ngọt, cắt ngắn và bơ cho đến khi hỗn hợp giống như bột thô. Khuấy trong nước đá và trộn đều.

b) Tạo bột thành một quả bóng và nhào nhẹ bằng gót bàn tay trên bề mặt làm việc trong vài giây để chất béo phân bố đều. Chia bột làm đôi.

c) Định hình mỗi nửa thành một quả bóng, làm phẳng thành đĩa và bọc trong bọc nhựa. Làm lạnh ít nhất 1 giờ.

d) Trong khi đó, để làm nhân, cho trái cây vào một bát lớn, thêm tất cả các nguyên liệu còn lại vào và khuấy đều cho đến khi trái cây được phủ đều.

e) Làm nóng lò ở 350 ° F.

f) Khi bột đã nghỉ trong một giờ, rắc nhẹ bột lên bề mặt làm việc và cán mỏng một miếng bột thành hình chữ nhật 12 x 16 inch.

g) Cuộn bột lại trên cây cán và chuyển nó sang một phần tư chảo, đặt nó vào giữa chảo và ấn bột lên các cạnh.

h) Đổ đầy vào chảo và trải nó thành một lớp mỏng.

i) Cán mỏng miếng bột thứ hai bằng kích thước của khay một phần tư của bạn. Cắt một vài lỗ trên đó bằng khuôn cắt bánh quy để hơi nước có thể thoát ra ngoài hoặc dùng nĩa đâm nhiều lần vào bột.

j) Đặt nó lên trên miếng trám. Gấp các cạnh của lớp vỏ dưới lên trên lớp vỏ trên cùng. Đánh trứng với 1 thìa cà phê nước để tạo thành nước rửa trứng và phết lên mặt bánh.

k) Nướng trong 45 phút, hoặc cho đến khi bánh chín vàng đều và các cạnh trở nên vàng hơn.

l) Phục vụ ngay lập tức, hoặc để nguội trên giá và phục vụ ấm hoặc ở nhiệt độ phòng.

42. Bánh kem kiểu Pháp

Làm 12 cái bánh tart

Thành phần:

- 1 mẻ Sugar Dough (công thức sau)
- Khoảng 1 lít kem bạn chọn, chẳng hạn như Kem sữa trứng đông lạnh vani mặn
- $\frac{1}{2}$ cốc mứt mơ, mua ở cửa hàng hoặc tự làm
- 3 panh trái cây tươi bạn chọn, ướp lạnh
- Kem đánh bông (tùy chọn)

Hướng:

a) Làm nóng lò ở 350 ° F. Cắt 12 hình tròn bằng giấy da và xếp 12 khuôn bánh tart 4 inch.

b) Cán bột dày khoảng $\frac{1}{8}$ inch. Cắt ra mười hai viên đạn 5 inch. Dễ dàng từng viên tròn vào chảo tart. Đặt trên một tờ cookie.

c) Nướng trong 20 phút, cho đến khi vàng. Để nguội hoàn toàn trên giá, lấy vỏ bánh tart ra khỏi hộp và để đông lạnh ít nhất 30 phút.

d) Lấy vỏ bánh tart ra khỏi tủ đông, đổ kem tươi hoặc kem đã làm mềm vào một nửa rồi cho trở lại tủ đông ít nhất 1 giờ. Quăng trái cây ướp lạnh với mứt mơ.

e) Lấy vỏ bánh tart ra khỏi tủ đông và xếp các lớp hoặc hoa văn trái cây tráng men và kem lên trên. Phục vụ.

43. bột đường

Làm đủ cho 12 bánh tart hoặc Piekies

Thành phần:

- $1\frac{1}{2}$ chén bột mì đa dụng chưa tẩy trắng
- ⅓ chén đường
- 8 muỗng canh (1 thanh) bơ không ướp muối, cắt thành khối $\frac{1}{2}$ inch và ướp lạnh
- 2 ounce (4 muỗng canh) pho mát kem
- 2 lòng đỏ trứng lớn, đánh nhẹ
- 2 muỗng canh kem nặng rất lạnh

Hướng:

a) Cho bột mì, đường, bơ và pho mát kem vào máy xay thực phẩm và xay cho đến khi hỗn hợp giống như bột hạnh nhân.

b) Thêm lòng đỏ trứng và kem và trộn (hoặc tiếp tục trộn bằng tay cho đến khi trộn đều).

c) Chia bột làm đôi. Nhào một nửa bột cho đến khi nó kết lại với nhau thành một quả bóng, sau đó ấn nó vào một đĩa phẳng dày khoảng 2 inch. Làm tương tự với nửa thứ hai.

d) Bọc từng phần bột trong bọc nhựa và làm lạnh ít nhất 1 giờ trước khi sử dụng.

44. bánh quy

Làm cho 12 đến 24 Piekies

Thành phần:

- bột đường
- 1 chén đường
- 1 muỗng canh bột bắp
- 1 pound dâu tây, mận, đào, xuân đào và/hoặc táo, gọt vỏ, bỏ hạt và cắt lát rất mỏng bằng dao mandoline hoặc dao rất sắc, hoặc quả anh đào, bỏ hạt và thái hạt lựu, hoặc kết hợp

Hướng:

a) Làm nóng lò ở 350 ° F. Bơ hai tấm nướng hoặc lót chúng bằng giấy da.

b) Cán bột dày khoảng $\frac{1}{8}$ inch. Sử dụng khuôn cắt bánh quy hoặc bánh quy, cắt thành các hình tròn từ $2\frac{1}{2}$ đến 3 inch và đặt lên khay nướng.

c) Trộn đường và bột ngô trong một bát nhỏ. Phủ đều từng lát trái cây bằng cách nhúng vào hỗn hợp đường, chuyển sang lớp áo.

d) Đặt một lát vào giữa hình tròn bột, sau đó xếp thêm các lát trái cây xung quanh . Chồng chéo trái cây khi cần thiết. Lặp lại với tất cả bột và trái cây còn lại.

e) Nướng trong 25 phút, cho đến khi vàng. Lấy ra khỏi lò và để nguội trên chảo trong 2 phút, sau đó chuyển sang giá dây và để nguội hoàn toàn.

f) Phục vụ ngay bên cạnh món kem yêu thích của bạn hoặc giữ lạnh trong tối đa 3 ngày.

45. Táo đại hoàng Bette

Làm cho 9 phần ăn

Thành phần:

- 1 pound táo Honeycrisp hoặc Pink Lady, gọt vỏ, bỏ lõi và thái lát
- 1 pound đại hoàng, tỉa và cắt thành lát $\frac{1}{4}$ inch
- $\frac{1}{4}$ muỗng cà phê bột quế
- $\frac{1}{8}$ muỗng cà phê hạt nhục đậu khấu
- $\frac{1}{2}$ muỗng cà phê muối biển mịn
- 2 thìa nước cốt chanh tươi
- 1 chén đường
- 1 muỗng canh bột mì đa dụng chưa tẩy trắng
- 10 ounces bánh sừng bò hoặc brioche (đã loại bỏ lớp vỏ), cắt thành xúc xắc 1 inch (khoảng $4\frac{1}{2}$ cốc)
- 12 muỗng canh ($1\frac{1}{2}$ que) bơ không ướp muối, tan chảy

Hướng:

a) Làm nóng lò ở nhiệt độ 375°F. Bơ một món nướng 8 x 8 inch.

b) Kết hợp táo và đại hoàng trong một bát vừa. Thêm quế, nhục đậu khấu, muối, nước cốt chanh, $\frac{3}{4}$ chén đường và bột mì, đảo đều cho đến khi đường tan hết và trái cây thái lát được bao phủ hoàn toàn.

c) Kết hợp bánh mì và $\frac{1}{4}$ chén đường còn lại trong một bát vừa khác. Đổ $\frac{1}{2}$ cốc bơ tan chảy lên trên bánh mì và trộn nhẹ nhàng sao cho các khối bánh hầu như vẫn còn nguyên vẹn để phủ lên.

d) Để lắp ráp Bette, trải hai phần ba trái cây trên đáy đĩa nướng. Rải một phần ba bánh mì lên trái cây. Lặp lại với trái cây và bánh mì còn lại.

e) Đổ $\frac{1}{4}$ chén bơ còn lại lên trên và đậy bằng giấy nhôm. Nướng trong 40 phút. Lấy giấy bạc ra và tiếp tục nướng trong 10 đến 15 phút, cho đến khi có màu nâu. Phục vụ nóng từ lò nướng.

46. Rượu cốc tai quả Việt Quất

Làm cho 9 phần ăn

Thành phần:

- $2\frac{1}{2}$ pound quả việt quất
- 1 chén đường
- $\frac{1}{4}$ muỗng cà phê muối biển mịn
- Nước cốt của 1 quả chanh
- $\frac{1}{2}$ bột nhào cho Sweet Cream Shortcakes

Hướng:

a) Bơ một chảo nướng 8 x 8 inch.

b) Kết hợp quả việt quất với đường, muối và nước cốt chanh trong một bát vừa, trộn đều.

c) Thêm vào chảo đã chuẩn bị. Thìa bột phủ lên trái cây, tạo thành 9 chiếc bánh quy bằng nhau.

d) Làm nóng lò ở nhiệt độ 375°F.

e) Nướng bánh quy trong 35 phút, cho đến khi mặt trên của bánh quy vàng và quả mọng sủi bọt.

f) Lấy ra khỏi lò và để nguội một chút trước khi ăn.

47. Lê & Blackberry Crisp

Làm cho 9 phần ăn

Thành phần:

Streusel

- $\frac{3}{4}$ chén bột mì đa dụng chưa tẩy trắng
- $\frac{1}{4}$ chén đường nâu sẫm đóng gói
- $\frac{1}{4}$ muỗng cà phê bột quế
- $\frac{1}{8}$ muỗng cà phê hạt nhục đậu khấu
- 5 muỗng canh bơ không ướp muối, thái hạt lựu và ướp lạnh
- $\frac{3}{4}$ chén hạnh nhân thái lát, dừa nạo không đường hoặc yến mạch

quả trám

- 1 pound lê Comice hoặc Bartlett (khoảng 2 quả lê), gọt vỏ, bỏ lõi và cắt thành miếng dày $\frac{1}{2}$ inch
- 2 chén quả mâm xôi
- $\frac{3}{4}$ chén đường
- 2 muỗng canh bột mì đa dụng
- $\frac{1}{4}$ muỗng cà phê bột quế

- $\frac{1}{8}$ muỗng cà phê hạt nhục đậu khấu
- $\frac{1}{2}$ muỗng cà phê muối biển mịn
- 2 muỗng canh bơ

Hướng:

a) Làm nóng lò ở nhiệt độ 325°F.

b) Để làm streusel, trộn bột mì, đường, quế và nhục đậu khấu trong một bát nhỏ. Thêm bơ và dùng đầu ngón tay xoa đều cho đến khi hỗn hợp giống như bột thô.

c) Thêm hạnh nhân và chà hỗn hợp bằng đầu ngón tay cho đến khi tạo thành những cục nhỏ. Trải trên một tấm nướng.

d) Nướng streusel trong 20 phút. Dùng nĩa đánh tơi và nếu cần, nướng thêm vài phút nữa cho đến khi có màu vàng nâu.

e) Lấy ra khỏi lò và để nguội. Tăng nhiệt độ lò nướng lên 375°F.

f) Bơ một món nướng 8 x 8 inch. Quăng lê, quả mọng, đường, bột mì, gia vị và muối với nhau trong một bát lớn.

g) Chuyển sang món ăn đã chuẩn bị. Chấm với bơ. Phân phối streusel đều trên đầu trang.

h) Nướng trong khoảng 45 phút, cho đến khi nước ép trái cây sủi bọt và đặc lại và streusel có màu nâu đậm. Làm mát một chút trước khi phục vụ.

48. bánh quy nhà Bauer

Làm khoảng 13 cái bánh quy

Thành phần:

- $\frac{1}{4}$ ounce (1 gói) men khô hoạt tính
- $\frac{1}{4}$ cốc nước ấm (105° đến 115°F)
- 2 muỗng canh đường
- $3\frac{1}{4}$ chén bột mì tự nở, tốt nhất là White Lily tẩy trắng
- 6 muỗng canh ($\frac{3}{4}$ que) bơ lạnh không ướp muối, cắt thành từng muỗng canh
- 1 cốc buttermilk, ở nhiệt độ phòng
- 2 muỗng canh bơ mặn, làm mềm, cho phần trên cùng của bánh quy

Hướng:

a) Kết hợp men, nước ấm và 1 muỗng cà phê đường trong một bát vừa. Đặt sang một bên cho đến khi men có bọt, khoảng 10 phút.

b) Khuấy đều bột mì và 5 muỗng cà phê đường còn lại trong một bát lớn.

c) Sử dụng một máy cắt bánh ngọt hoặc hai con dao để cắt bơ cho đến khi hỗn hợp trông giống như bột.

d) Khuấy buttermilk vào men hòa tan. Sử dụng một cái nĩa, khuấy trong hỗn hợp bột cho đến khi nó được làm ẩm và bạn có một khối bột xù xì.

e) Đậy nắp và làm lạnh qua đêm, hoặc tối đa 3 ngày.

f) Lấy bột ra khỏi tủ lạnh và nhào nhanh, khoảng 8 lượt, cho đến khi bột quyện lại với nhau và bề mặt trông mịn.

g) Trên một bề mặt được rắc bột rất nhẹ, hãy cán bột thành hình chữ nhật có kích thước 7 x 11 inch dày khoảng $\frac{3}{4}$ inch, rắc ít bột cán khi cần thiết. Chải bột thừa ra khỏi bột và gấp một đầu ngắn vào giữa bột, sau đó gấp đầu kia lại để bột được gấp làm đôi.

h) Xoay bột một lượt sao cho một đầu ngắn hướng về phía bạn và cán mỏng khoảng $\frac{3}{4}$ inch. Chải sạch bột thừa và gấp bột lại thành ba phần một lần nữa.

i) Xoay bột một lần nữa và nhẹ nhàng cán mỏng dày khoảng $\frac{1}{2}$ inch; hình chữ nhật đã hoàn thành sẽ có kích thước khoảng 7 inch x 11 inch.

j) Với một máy cắt tròn 2 inch, hãy dập 13 chiếc bánh quy. Đảm bảo rằng bột vẫn còn rất lạnh (làm lạnh nếu cần) để máy cắt cắt sạch sẽ; nếu bột quá mềm, máy cắt có thể bịt kín các mặt và bánh quy sẽ không nổi lên.

k) Sắp xếp bánh quy vào khuôn bánh tròn 9 inch không bôi mỡ, 10 chiếc xung quanh bên ngoài và 3 chiếc ở giữa. Tập hợp các mảnh vụn lại với nhau, lăn ra và cắt thêm bánh quy.

l) Đặt những thứ này vào một cái chảo nhỏ hơn để chiêu đãi bạn hoặc những đứa con nhỏ của bạn—trông chúng sẽ không hoàn hảo nhưng chúng vẫn sẽ ngon.

m) Đậy bánh quy bằng một chiếc khăn ẩm không có xơ và để ở nơi ấm áp (khoảng 80°F) cho đến khi chúng tăng gấp đôi về thể tích, khoảng 2 giờ.

49. bánh kem ngọt ngào

Làm cho 9 đến 12 phần ăn

Thành phần:

- 3 chén bột mì tự nở, tốt nhất là White Lily
- 4 muỗng canh bơ lạnh không ướp muối
- $2\frac{2}{3}$ cốc kem nặng

Hướng:

a) Làm nóng lò ở 450 ° F. Bơ một phần tư chảo.

b) Cho bột mì và bơ lạnh vào máy xay thực phẩm và xay 15 lần. Thêm kem và nhồi cho đến khi bột kết lại với nhau thành một mớ hỗn độn xù xì.

c) Xoay bột ra một bề mặt bột nhẹ và ấn nó lại với nhau.

d) Gấp đôi miếng bột lại, sau đó gấp đôi hoặc ba lần, chỉ cho đến khi nó không còn vón cục nữa. Trải bột lên chảo — bột dễ dàn nên bạn có thể dùng tay.

e) Nướng trong 20 đến 25 phút, hoặc cho đến khi vàng nâu nhẹ. Lấy bánh ra khỏi lò và để nguội trên giá.

50. Bánh Quy Sô Cô La Truffle

Làm khoảng 16 cookie

Thành phần:

- 8 muỗng canh (1 thanh) bơ không ướp muối
- 8 ounces sô cô la đen (64% cacao hoặc cao hơn), xắt nhỏ
- ½ chén bột mì đa dụng chưa tẩy trắng hoặc bột mì không chứa gluten
- 2 muỗng canh bột cacao chế biến ở Hà Lan (99% cacao)
- ¼ muỗng cà phê muối biển mịn
- ¼ muỗng cà phê muối nở
- 2 quả trứng lớn, ở nhiệt độ phòng
- ½ chén đường
- 2 muỗng cà phê chiết xuất vani
- 1 chén sô cô la đen (64% cacao hoặc cao hơn)

Hướng:

a) Đun chảy bơ và sô cô la đen trong nồi đun đôi trên lửa nhỏ, thỉnh thoảng khuấy cho đến khi tan chảy hoàn toàn. Để nguội hoàn toàn.

b) Kết hợp bột mì, bột ca cao, muối và baking soda trong một bát nhỏ. Để qua một bên.

c) Sử dụng máy đánh trứng, đánh trứng và đường trong một tô lớn ở tốc độ cao cho đến khi nhẹ và bông, khoảng 2 phút. Thêm vani, sau đó thêm sô cô la tan chảy và bơ và đánh trong 1 đến 2 phút, cho đến khi kết hợp.

d) Cạo xuống các cạnh của bát và sử dụng thìa cao su lớn, khuấy các thành phần khô cho đến khi kết hợp. Gấp trong chip sô cô la. Che bằng bọc nhựa và làm lạnh trong ít nhất 4 giờ.

e) Đặt một cái giá ở giữa lò và làm nóng lò trước ở nhiệt độ 325°F. Dòng một tấm nướng bánh bằng giấy giấy da.

f) Làm ướt tay bằng nước và lăn bột thành những quả bóng 2 inch, đặt chúng cách nhau khoảng 2 inch trên khay nướng đã lót sẵn. Làm việc nhanh chóng và nếu bạn nướng bánh theo mẻ, hãy làm lạnh phần bột còn lại giữa các đợt.

g) Nướng trong 12 đến 13 phút, cho đến khi các cạnh hơi nhô lên và phần giữa đã đông lại. Lấy ra khỏi lò và để nguội trên chảo ít nhất 10 phút, sau đó chuyển sang giá và để nguội hoàn toàn.

Để lắp ráp bánh mì kem

h) Đặt bánh quy lên khay nướng và để ngăn đá trong 1 giờ. Làm mềm 1 lít kem cho đến khi có thể múc được. Tôi muốn giữ cho nó đơn giản và sử dụng Sweet Cream Ice Cream , nhưng bạn có thể sử dụng bất kỳ hương vị nào bạn muốn.

i) Lấy bánh quy ra khỏi tủ đông và nhanh chóng múc 2 đến 4 ounce kem lên bánh quy. Làm mịn kem bằng cách đặt một chiếc bánh quy khác lên trên. Lặp lại.

j) Khi bạn đã hoàn thành việc lắp ráp tất cả các bánh mì, hãy cho chúng vào ngăn đá ít nhất 2 giờ để cứng lại.

51. Sandwich kem yến mạch

Làm 24 cookie

Thành phần:

- $1\frac{1}{2}$ chén bột mì đa dụng chưa tẩy trắng
- 2 chén yến mạch nấu nhanh (bột yến mạch ăn liền)
- 1 muỗng cà phê baking soda
- $\frac{1}{4}$ muỗng cà phê bột quế
- $\frac{1}{2}$ pound (2 que) bơ không ướp muối, để mềm
- $1\frac{1}{2}$ chén đường nâu nhạt đóng gói
- $\frac{3}{4}$ muỗng cà phê muối biển mịn
- 1 muỗng cà phê chiết xuất vani
- 2 quả trứng lớn, ở nhiệt độ phòng
- 1 lít Kem Phô mai & Mứt ổi Farmstead , hoặc loại kem khác mà bạn chọn

Hướng:

a) Đặt một cái giá ở giữa lò và làm nóng lò trước ở nhiệt độ 325°F. Lót hai tấm nướng bằng giấy da.

b) Kết hợp bột mì, yến mạch, baking soda và quế trong một cái bát và trộn kỹ. Sử dụng máy đánh trứng, đánh bơ trong một tô lớn cho đến khi mịn và có dạng kem.

c) Thêm đường và muối và đánh cho đến khi hỗn hợp có màu sáng và mịn; Cạo xuống các cạnh của bát khi cần thiết. Thêm chiết xuất vani và đánh vừa để kết hợp.

d) Thêm từng quả trứng vào, đánh đều sau mỗi lần thêm. Bột phải mịn và kem.

e) Thêm một nửa số nguyên liệu khô và trộn ở tốc độ thấp cho đến khi vừa kết hợp. Thêm bột còn lại và trộn cho đến khi kết hợp. Hãy cẩn thận để không làm việc quá sức bột.

f) Sử dụng muỗng 1 ounce để chia bột lên các tấm nướng, đặt các bánh cách nhau khoảng 2 inch.

g) Dùng mu bàn tay hoặc mặt sau của thìa gỗ ấn dẹt những chiếc bánh quy một chút.

h) Nướng bánh quy trong 7 phút. Xoay chảo và nướng thêm 4 đến 6 phút nữa hoặc cho đến khi bánh quy có màu nâu rất nhạt ở các cạnh nhưng hầu như không đặt ở giữa.

i) Để bánh nguội trong 10 phút trên khay nướng. Sau đó xếp chúng vào thùng chứa hoặc trong túi cấp đông Ziplock 1 gallon và đông lạnh trong 2 giờ.

j) Để lắp ráp bánh mì kem, hãy đặt 3 chiếc bánh quy đã đông lạnh lên khay nướng. Cho một muỗng tròn (2 đến 3 ounce) kem đã hơi mềm lên mỗi chiếc bánh quy.

k) Thêm ba chiếc bánh quy nữa lên trên, ép hai chiếc bánh quy lại với nhau cho đến khi kem phẳng ra và chạm vào các cạnh bên ngoài.

l) Đặt những chiếc bánh mì kem đã lắp ráp hoàn chỉnh trở lại tủ đông và lặp lại với những chiếc bánh quy còn lại.

52. Bánh su kem & bánh vòng Éclairs

Làm cho 6 đến 12 phần ăn

Thành phần:

- 1 cốc nước ấm
- 4 muỗng canh ($\frac{1}{2}$ que) bơ lạt, cắt miếng
- 1 chén bột mì đa dụng chưa tẩy trắng hoặc bột mì không chứa gluten
- 4 quả trứng lớn, ở nhiệt độ phòng
- Mãng cầu đông lạnh vani mặn hoặc Mãng cầu đông lạnh sô cô la sữa dê mặn
- Chocolate Glaze (dùng 4 muỗng canh sữa nguyên chất)

Hướng:

a) Làm nóng lò ở 400 ° F.

b) Kết hợp nước và bơ trong một cái chảo nặng vừa và đun sôi, khuấy để làm tan chảy bơ. Đổ tất cả bột vào và trộn cho đến khi hỗn hợp tạo thành một quả bóng.

c) Tắt bếp và đánh từng quả trứng một bằng máy đánh trứng.

Đối với bánh bông lan kem

d) Thìa sáu miếng bột riêng lẻ có đường kính 4 inch lên một tấm bánh quy không bôi mỡ (đối với những miếng bột nhỏ hơn, hãy tạo mười hai miếng bột có đường kính 2 inch). Nướng cho đến khi vàng nâu, khoảng 45 phút. Lấy ra khỏi lò và để nguội.

Đối với Éclairs

e) Lắp một túi bánh ngọt có đầu trơn $\frac{1}{4}$ inch, sau đó luồn sáu đến mười hai dải 4 inch lên một tấm bánh quy không bôi mỡ. Nướng cho đến khi vàng nâu, khoảng 45 phút. Lấy ra khỏi lò và để nguội.

Đối với một Ring Cake

f) Thả đều từng thìa bột lên một tấm bánh quy không bôi trơn để tạo hình bầu dục 12 inch. Nướng cho đến khi vàng nâu, 45 đến 50 phút. Lấy ra khỏi lò và để nguội.

để lắp ráp

g) Chuẩn bị men. Cắt đôi bánh phồng kem, bánh éclairs hoặc bánh vòng. Đổ đầy kem và mặc (các) phần trên lại.

h) Đối với bánh kem, nhúng đầu mỗi bánh vào sô cô la. Đối với éclairs, hãy hào phóng quét lớp men lên trên chúng. Đối với bánh vòng, khuấy thêm 5 thìa sữa vào men; mưa phùn nó trên bánh nhẫn.

i) Để phục vụ, sắp xếp bánh ngọt hoặc lát bánh trên đĩa.

53. Tổ Kataifi

Làm từ 18 đến 24 tổ

Thành phần:

- ½ pound (2 que) bơ không ướp muối
- 1 cốc mật ong
- Một gói 1 pound kataifi đông lạnh
- muối biển

Hướng:

a) Làm nóng lò ở nhiệt độ 375°F.

b) Kết hợp bơ và mật ong trong một cái chảo lớn và đun nóng ở nhiệt độ trung bình thấp, chỉ khuấy cho đến khi bơ tan chảy. Whisk để kết hợp và đặt sang một bên.

c) Mở thanh kataifi trên mặt bàn. Dùng một tay nắm lấy một đầu của bó sợi dày khoảng ½ inch và dùng tay kia quấn kataifi quanh các ngón tay (nhưng không phải ngón cái) của bàn tay đang cầm kataifi. Khi bạn đã quấn gần như hoàn toàn kataifi quanh các ngón tay của mình, hãy vặn phần đầu lỏng lẻo vào trong chiếc tổ để cố định nó và đặt lên một tấm nướng không phết dầu mỡ. Lặp lại với kataifi còn lại.

d) Nướng 10 đến 15 phút, hoặc cho đến khi vàng nâu. Lấy tổ yến ra khỏi lò và chải/chấm chúng bằng bơ mật ong. Rắc lên mỗi thứ một vài hạt muối.

e) Tổ sẽ tươi ở nhiệt độ phòng trong tối đa 3 ngày.

f) Phục vụ ấm hoặc mát với một muỗng Sữa chua đông lạnh Mango Lassi , hoặc một loại sữa chua hoặc kem đông lạnh khác.

54. bánh kếp gang

Làm từ 8 đến 10 phần ăn

Thành phần:

- 4 muỗng canh (½ que) bơ lạt
- 4 quả trứng lớn, ở nhiệt độ phòng
- ¾ chén bột mì đa dụng chưa tẩy trắng
- ¾ cốc sữa nguyên chất
- Một nhúm muối biển mịn
- 3 muỗng canh bơ mặn, tan chảy
- Đường mịn
- 1 quả chanh

Hướng:

a) Làm nóng lò ở nhiệt độ 425°F.

b) Cho bơ không ướp muối vào chảo gang 10 inch và đặt vào lò nướng để làm nóng chảo trước và làm tan chảy bơ.

c) Trong khi đó, đánh trứng vào một cái bát, sau đó thêm bột mì, sữa và muối vào và khuấy đều cho hòa quyện; bột vẫn còn vón cục.

d) Khi lò đã nóng sẵn, cẩn thận lấy chảo nóng ra (dùng găng tay lò nướng) và đổ bột vào. Cho chảo trở lại lò ngay lập tức và nướng trong 20 phút, hoặc cho đến khi bánh bông lan và có màu vàng nâu.

e) Lấy ra khỏi lò và đổ bơ muối tan chảy lên trên. Rắc đường bột và một ít vỏ chanh (dùng dụng cụ bào Microplane) và vắt một ít nước cốt chanh lên trên.

f) Cắt lát, rắc thêm đường bột và dùng ngay với kem hoặc sữa chua đông lạnh.

55. Bột ngô Peoria

Phục vụ 8 đến 10

Thành phần:

- 5 chén dầu thực vật, để chiên ngập dầu
- 2 chén đường bột
- 2 bắp ngô tươi, hoặc $1\frac{1}{2}$ chén ngô đông lạnh đã rã đông
- 3 quả trứng lớn
- $1\frac{1}{2}$ cốc sữa nguyên chất hoặc 2%
- $2\frac{1}{2}$ cốc bột mì tự nở chưa tẩy trắng

Hướng:

a) Đun nóng dầu trong chảo 4 lít trên lửa vừa cho đến khi đạt 365°F.

b) Cho đường bột vào tô lớn và để sang một bên.

c) Nếu sử dụng bắp ngô tươi, hãy cắt hạt ra khỏi lõi ngô, sau đó "vắt sữa" lõi ngô bằng cách dùng sống dao cạo để chiết xuất chất lỏng; dự trữ $1\frac{1}{2}$ chén hạt và chất lỏng.

d) Đập trứng vào một cái bát vừa và đánh chúng bằng nĩa cho đến khi chúng có màu vàng đồng nhất.

e) Thêm sữa và đánh bằng nĩa cho đến khi kết hợp. Cho bột mì vào trộn đều, sau đó cho ngô vào trộn cho hòa quyện.

f) Khi dầu đã đạt đến 365°F hoặc khi một giọt bột chìm xuống đáy và nhanh chóng nổi lên trở lại với bọt khí xung quanh, hãy thả 3 thìa bột vào dầu, từng thìa một và cách đều nhau.

g) Chiên các miếng rán trong 4 phút, lật lại và chiên thêm 4 phút nữa cho đến khi có màu vàng nâu đậm.

h) Dùng thìa có rãnh, vớt ra khỏi dầu, để ráo nước trong vài giây trên khăn giấy và nhúng đường bột vào. Lặp lại cho đến khi bạn sử dụng hết bột. Phục vụ ấm áp.

56. bánh quế chợ bắc

Làm từ 8 đến 10 phần ăn

Thành phần:

- $2\frac{1}{2}$ cốc sữa nguyên chất
- $\frac{1}{2}$ pound (2 que) bơ không ướp muối, cắt thành 16 miếng
- 3 chén bột mì đa dụng chưa tẩy trắng hoặc bột mì không chứa gluten
- 1 chén bột mì nguyên chất hoặc bột mì không chứa gluten
- 2 muỗng canh đường
- 2 muỗng cà phê muối biển mịn
- 1 muỗng canh men ăn liền
- 4 quả trứng lớn, ở nhiệt độ phòng
- 2 muỗng cà phê chiết xuất vani

Hướng:

a) Kết hợp các loại bột, đường, muối và men trong tô lớn. Thêm hỗn hợp sữa và đánh cho đến khi mịn.

b) Đánh trứng và vani trong một bát nhỏ cho đến khi kết hợp, sau đó thêm vào bột và đánh cho đến khi kết hợp. Cạo xuống các cạnh của bát bằng thìa cao su và khuấy cho đến khi mịn.

c) Đậy bát bằng màng bọc thực phẩm và để trong tủ lạnh ít nhất 12 giờ và tối đa 24 giờ.

d) Làm nóng bàn ủi bánh quế của bạn (luôn chú ý đến hướng dẫn của nhà sản xuất). Lấy bột bánh quế ra khỏi tủ lạnh. Bột sẽ bị xì hơi; đánh nó để kết hợp lại.

e) Sử dụng khoảng $\frac{1}{2}$ cốc bột cho mỗi bánh quế trong khuôn tròn 7 inch hoặc khoảng 1 cốc trong khuôn sắt 9 x 9 inch.

f) Nướng bánh quế trong 4 phút hoặc cho đến khi vàng nhưng không có màu nâu và không bị caramen hoặc nướng.

g) Phục vụ ngay lập tức hoặc giữ ấm trong một lớp trên giá dây trong lò nướng 200 ° F trong khi bạn nấu những chiếc bánh quế còn lại.

57. Empanadas ngọt

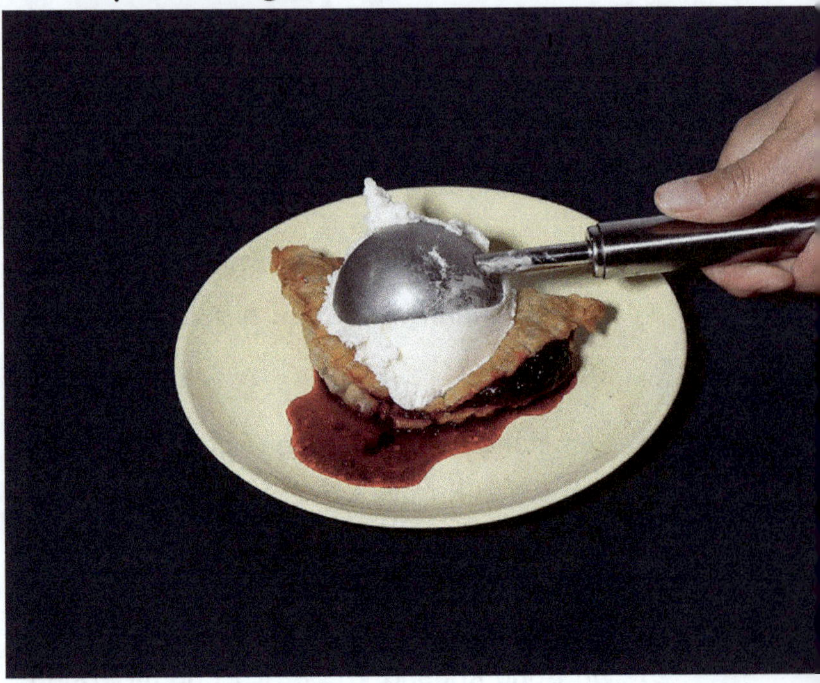

Làm 10 đến 12 empanadas

Thành phần:

Bột

- 3 chén bột mì đa dụng chưa tẩy trắng
- 3 muỗng canh đường
- $\frac{3}{4}$ muỗng cà phê muối biển mịn
- $\frac{1}{2}$ chén mỡ lợn chất lượng cao hoặc rau rút ngắn
- 1 quả trứng lớn, bị đánh đập
- 1 cốc bơ sữa

đổ đầy

- 1 pound táo, đào, mận hoặc mơ, gọt vỏ, bỏ lõi hoặc bỏ hạt và thái hạt lựu, hoặc 1 pound quả việt quất, mâm xôi hoặc mâm xôi
- $\frac{1}{2}$ chén đường
- $\frac{1}{4}$ muỗng cà phê muối biển mịn
- 2 thìa nước cốt chanh
- 1 muỗng cà phê bột bắp

- Dầu thực vật để chiên ngập dầu

Hướng:

a) Để làm bột nhào, trộn bột mì, đường, muối và mỡ lợn trong máy xay thực phẩm và đập 10 đến 15 lần cho đến khi hỗn hợp giống như vụn thô, với một số miếng mỡ lợn lớn hơn rải đều khắp.

b) Cho trứng đã đánh vào, dùng nĩa khuấy nhẹ, sau đó cho bơ sữa vào và khuấy nhẹ cho đến khi tất cả hòa quyện vào nhau. Tạo bột thành một quả bóng và bọc trong bọc nhựa. Làm lạnh ít nhất 1 giờ.

c) Để làm nhân bánh, trộn trái cây, đường, muối, nước cốt chanh và bột ngô trong một cái chảo vừa và nấu trên lửa vừa, khuấy đều cho đến khi hỗn hợp hơi đặc lại. Tắt bếp và để nguội.

d) Để lắp ráp bánh empanadas, trên một bề mặt đã được rắc bột, cán bột thành hình chữ nhật lớn dày khoảng $\frac{1}{8}$ inch. Sử dụng máy cắt bánh quy 4 hoặc 5 inch để cắt 10 đến 12 hình tròn từ tờ giấy.

e) Thu thập một cách lỏng lẻo bất kỳ mảnh vụn còn sót lại nào, nhào kỹ cho đến khi bột kết lại với nhau, cán mỏng như trước và cắt thêm các hình tròn; lặp lại khi cần thiết.

f) Đặt 2 đến $2\frac{1}{2}$ muỗng canh vào giữa một vòng bột. Gấp bột làm đôi và gấp mép cho kín. Lặp lại với các vòng còn lại và làm đầy.

g) Đun nóng dầu thực vật đến 365°F trong một cái chảo sâu lòng lớn. Làm theo mẻ, chiên bánh empanadas, lật một lần, từ 2 đến 4 phút mỗi mặt, cho đến khi bột có màu nâu vàng đậm.

h) Để ráo trên khăn giấy và chuyển sang đĩa trong lò nướng ấm trong khi bạn nấu phần bánh empanadas còn lại. Phục vụ ấm áp.

58. Pudding bánh mì kem

Làm từ 8 đến 10 phần ăn

Thành phần:

- 3 chén brioche , bị rách
- 4 quả trứng lớn, ở nhiệt độ phòng
- 1 pint kem vani còn sót lại, tan chảy
- $\frac{3}{4}$ cốc nước ấm
- 1 chén đường
- Sốt caramel rượu whisky

Hướng:

a) Làm nóng lò ở 350 ° F.

b) Đặt bánh brioche vào đĩa nướng 9 x 13 inch. Đánh trứng trong một bát lớn. Thêm kem tan chảy, nước và đường và trộn đều. Đổ hỗn hợp lên bánh brioche và để yên trong 15 phút.

c) Nướng trong 35 phút, hoặc cho đến khi mặt trên có màu caramel. Lấy ra khỏi lò, rưới nước sốt lên và dùng nóng.

59. chuối Foster

Làm cho 8 phần ăn

Thành phần:

- 4 muỗng canh ($\frac{1}{2}$ que) bơ lạt, để mềm
- $\frac{1}{2}$ chén đường nâu sẫm đóng gói
- 2 muỗng canh chuối rượu
- 4 quả chuối hơi chín vừa, cắt đôi theo đường kính và sau đó cắt đôi theo chiều dọc
- $\frac{1}{2}$ chén rượu mạnh
- Một nhúm muối biển mịn
- Mãng cầu đông lạnh vani mặn

Hướng:

a) Đun chảy bơ trong chảo nặng 10 inch trên lửa nhỏ. Thêm đường nâu và khuấy cho đến khi nó được làm ẩm đều. Thêm rượu mùi chuối và đun nhỏ lửa.

b) Thêm chuối và nấu, lật một lần mỗi bên trong khoảng 30 giây, cẩn thận phết nước sốt lên chuối khi nấu.

c) Dùng thìa có rãnh lớn để lấy chuối ra và chia thành tám bát, để lại càng nhiều nước sốt trong chảo càng tốt.

d) Đun sôi nước sốt và cẩn thận thêm rượu mạnh. Nếu nước sốt quá nóng, rượu sẽ bốc cháy và cháy hết trong giây lát; nếu không, chỉ cần đun nhỏ lửa trong 3 đến 4 phút, cho đến khi nước sốt đặc lại một chút và trở nên giống như xi-rô. Thêm muối và khuấy đều.

e) Cho nước sốt nóng lên chuối và dùng ngay cùng với một muỗng kem.

60. trái cây luộc

Làm cho 8 phần ăn

Thành phần:

- 1 chai rượu vang trắng hoặc đỏ, hoặc 3 cốc nước
- 2 chén đường
- Gia vị hoặc thảo mộc tùy thích (Tôi thích hoa hồi vào mùa đông, húng quế ngọt vào mùa hè)
- 4 quả lê hoặc đào lớn, hoặc 8 quả mận, gọt vỏ, cắt đôi và bỏ hạt, hoặc 16 quả mơ vừa, cắt đôi và bỏ hạt, hoặc 50 quả anh đào (khoảng 1 pound), bỏ hạt

Hướng:

a) Kết hợp rượu, đường và gia vị hoặc thảo mộc, nếu sử dụng, trong một cái chảo 4 lít và đun ở nhiệt độ vừa phải cho đến khi sôi trên lửa nhỏ, khuấy đều để đường tan.

b) Nhẹ nhàng đặt trái cây đã chuẩn bị vào chất lỏng luộc ấm và nấu, đảo trái cây trong chất lỏng nếu cần, cho đến khi mềm.

c) Dùng thìa có rãnh, nhẹ nhàng lấy trái cây ra khỏi nước luộc và dùng nóng hoặc để nguội trên đĩa.

d) Sau khi đã nguội, trái cây có thể được bảo quản trong hộp kín, đậy bằng chất lỏng săn trộm, trong tủ lạnh tối đa 3 ngày.

61. Thanh chữ J

Tạo 10 thanh chữ J

Thành phần:

- ½ chén sốt caramel mặn
- Kem Sweet Cream , hoặc 1 lít kem bạn chọn, hơi mềm
- ½ chén các loại hạt hun khói, nướng hoặc muối, chẳng hạn như hạnh nhân, quả hồ đào hoặc đậu phộng
- 12 ounce sô cô la đắng (ít nhất 60% cacao), xắt nhỏ
- ⅓ chén dầu dừa tinh luyện

Hướng:

a) Lót một tấm nướng bằng giấy sáp và đặt nó vào tủ đông. Cho nước sốt caramel vào chai bóp và để trong tủ lạnh.

b) Đổ đầy kem vào hai khuôn làm kem silicon 5 thanh và san phẳng phần trên bằng thìa bù. Chèn một que vào mỗi khuôn. Đậy bằng giấy sáp và để ngăn đá trong 30 phút, chỉ để kem hơi cứng lại.

c) Dùng cán thìa nhỏ, cạo một rãnh nhỏ ở giữa mỗi khuôn và đổ đầy nước sốt caramel vào rãnh đó. Nhấn 3 đến 5 bit hạt vào kem trong mỗi khuôn. Đậy khuôn bằng giấy sáp và cho vào ngăn đá để đông cứng hoàn toàn, từ 3 đến 4 giờ.

d) Kết hợp sô cô la và dầu dừa trong nồi hơi đôi và đun nóng trên lửa vừa, khuấy, cho đến khi tất cả sô cô la tan chảy và dầu dừa được kết hợp hoàn toàn.

e) Tắt bếp, chuyển sang một bát nhỏ sâu lòng và để nguội cho đến khi vẫn còn chất lỏng nhưng không nóng.

f) Lấy các Thanh J ra khỏi tủ đông và lấy từng thanh ra khỏi khuôn. Nhúng từng thanh bằng que vào sô cô la và đếm đến 3, sau đó lấy ra, để sô cô la thừa chảy ngược trở lại bát sô cô la và đặt thanh lên khay nướng đã chuẩn bị sẵn.

g) Cho Thanh J trở lại ngăn đá để đông cứng trong ít nhất 2 giờ.

COCKTAIL S

62. thanh kiếm trong đá

Làm 1 đồ uống

Thành phần:

- $\frac{1}{4}$ cốc rượu gin
- 2 muỗng canh rượu lê
- Một muỗng 4 ounce (khoảng $\frac{1}{4}$ pint) Wheatgrass, Pear, & Vinho Verde Sorbet
- 1 thanh kiếm cocktail

Hướng:

a) Lắc rượu gin và lê với đá trong bình lắc để làm lạnh.

b) Đặt muỗng kem vào ly martini ướp lạnh (hoặc cốc vua) .

c) Đổ hỗn hợp rượu gin lên trên và phục vụ.

63. Đỏ đầu gối của bạn

Làm 1 đồ uống

Thành phần:

- Một miếng 4 ounce (khoảng $\frac{1}{4}$ pint) Red Raspberry Sorbet
- $\frac{1}{4}$ cốc rượu gin
- 1 đến 2 ounce nước soda
- vôi xoắn
- cành hoa oải hương

Hướng:

a) Dựa miếng kem hấp vào thành ly cao.

b) Đổ rượu gin lên trên và thêm nước soda theo sở thích của bạn. Trang trí với vòng xoắn chanh và nhánh hoa oải hương.

64. Nàng Hồ

Làm 1 đồ uống

Thành phần:

- $\frac{1}{4}$ chén vodka hoặc rượu gin
- 2 muỗng canh Kem ngọt
- Một muỗng 4 ounce (khoảng $\frac{1}{4}$ pint) Sorbet trái cây đá
- 1 thanh kiếm cocktail

Hướng:

a) Lắc vodka và kem trong bình lắc cho đến khi kem tan chảy và kết hợp.

b) Đặt muỗng sorbet vào ly ướp lạnh.

c) Đổ vodka xung quanh nó và phục vụ.

TOPPING

65. nón đường

Thành phần:

- 2 lòng trắng trứng lớn
- ½ chén đường
- 3 muỗng canh sữa nguyên chất
- ½ muỗng cà phê chiết xuất vani nguyên chất
- ¼ muỗng cà phê muối
- ⅔ chén bột mì đa dụng
- ¼ muỗng cà phê bột quế (tùy chọn)
- 2 muỗng canh bơ không ướp muối, tan chảy
- 4 ounce sô cô la ngọt hoặc sô cô la đen (tùy chọn)

Hướng:

a) Đánh lòng trắng trứng, đường, sữa, vani và muối trong một bát nhỏ. Thêm bột mì, quế và bơ. Đánh cho đến khi kết hợp hoàn toàn và bột mịn.

b) Phủ nhẹ lên chảo chống dính một lượng nhỏ nước xịt nấu ăn hoặc quét nhẹ bằng dầu trung tính. Đổ khoảng 2½ muỗng canh bột vào chảo lạnh và dàn thành một lớp mỏng, đều.

c) Đặt chảo trên lửa vừa và nấu đĩa trong 4 đến 5 phút hoặc cho đến khi hình nón đông lại và có màu vàng nhẹ ở đáy. Cẩn thận lật đĩa và tiếp tục nấu trong 1 đến 2 phút.
d) Nhanh chóng đặt đĩa đường lên một chiếc khăn sạch và dùng cây lăn hình nón lên trên. Sử dụng khăn và con lăn hình nón, cuộn đĩa thành hình nón và giữ chặt dọc theo đường may trong 1 đến 2 phút cho đến khi hình nón nguội và cứng lại.
e) Lau sạch chảo và lặp lại cho đến khi sử dụng hết bột.
f) Nếu bạn muốn nhúng các hình nón vào sô cô la, hãy lót một khay bằng giấy da. Khi các hình nón được làm mát hoàn toàn, làm tan chảy sô cô la trong lò vi sóng với khoảng thời gian 30 giây.
g) Nhẹ nhàng nhúng các đầu của hình nón vào sô cô la và đặt trên giấy da cho đến khi sô cô la cứng lại.
h) Bảo quản trong hộp kín ở nhiệt độ phòng, nón sẽ giữ được đến 1 tuần.

66. Mứt dứa-habanero

Thành phần:

- 1 quả dứa vừa, gọt vỏ và bỏ lõi 2 quả ớt habanero, thái lát mỏng
- 1 chén đường
- Nước ép và vỏ bào của 2 quả chanh
- $\frac{3}{4}$ muỗng cà phê muối kosher
- 3 muỗng canh dấm trắng

Hướng:

a) Bào dứa trên các lỗ lớn của dụng cụ nạo hộp đặt trong một chiếc bát lớn. Dự trữ nước trái cây.

b) Trong một cái chảo lớn, kết hợp dứa và nước ép của nó với ớt, đường, nước cốt chanh và muối. Đun sôi trên lửa vừa, sau đó giảm nhiệt để duy trì độ sôi và thêm giấm.

c) Nấu, thỉnh thoảng khuấy, cho đến khi hỗn hợp đủ dày để phủ lên mặt sau của thìa, từ 8 đến 10 phút. Tắt bếp, cho vỏ chanh vào khuấy đều và để nguội.

d) Bảo quản trong hộp kín trong tủ lạnh, mứt sẽ giữ được đến 1 tuần.

67. Cherry-hibiscus compote

Thành phần:

- 2 pound anh đào Bing tươi hoặc đông lạnh, đã bỏ hạt (khoảng $4\frac{1}{2}$ cốc)
- $\frac{3}{4}$ chén đường
- $\frac{1}{2}$ cốc nước
- $\frac{3}{4}$ chén hoa dâm bụt khô Một nhúm lớn muối kosher

Hướng:

a) Trong một cái chảo lớn có đáy nặng, kết hợp tất cả các thành phần.
b) Đun sôi trên lửa vừa, sau đó vặn nhỏ lửa để đun nhỏ lửa và thỉnh thoảng khuấy cho đến khi nước cốt đủ đặc để phủ lên mặt sau của thìa, khoảng 10 phút. Tắt bếp và để nguội.
c) Được bảo quản trong hộp kín trong tủ lạnh, hỗn hợp này sẽ giữ được tối đa 1 tuần.

68. Sốt caramel chanh leo

Thành phần:

- 2 chén đường
- $\frac{1}{2}$ cốc nước
- 2 muỗng cà phê xi-rô ngô nhẹ
- 1⅓ cốc nước ép chanh dây
- 4 muỗng canh bơ không ướp muối, cắt miếng
- $\frac{1}{2}$ muỗng cà phê muối kosher

Hướng:

a) Trong một cái chảo lớn có đáy nặng, kết hợp đường, nước và xi-rô ngô. Đun sôi trên lửa vừa, khuấy đều để đường tan và thỉnh thoảng dùng cọ quét bánh ướt quét xuống thành chảo để rửa sạch các tinh thể đường.

b) Tăng nhiệt lên mức trung bình cao và đun sôi mà không cần khuấy cho đến khi xi-rô có màu hổ phách đậm, khoảng 8 phút. Lấy chảo ra khỏi bếp.

c) Cẩn thận thêm hỗn hợp chanh dây nghiền nhuyễn (nó sẽ sủi bọt và bắn tung tóe, vì vậy hãy cẩn thận khi bạn đổ vào), bơ, muối và đánh bông để trộn càng nhiều càng tốt (caramen sẽ cứng lại một chút).

d) Đặt chảo trên lửa vừa và thấp, đun nhỏ lửa và vừa nấu vừa khuấy cho đến khi caramel tan hết và nước sốt sánh mịn. Tắt bếp và để nguội. Bảo quản trong hộp kín trong tủ lạnh, nước sốt sẽ giữ được tối đa 10 ngày.

e) Phục vụ nước sốt ấm hoặc ở nhiệt độ phòng.

69. Caramen sữa dê

Thành phần:

- 4 cốc sữa dê hoặc kết hợp sữa bò và sữa dê, tốt nhất là chưa tiệt trùng
- $1\frac{1}{4}$ chén đường
- $\frac{1}{4}$ muỗng cà phê muối nở
- $\frac{1}{2}$ muỗng cà phê chiết xuất vani nguyên chất
- Một nhúm muối kosher

Hướng:

a) Trong một cái chảo lớn có đáy nặng, khuấy đều sữa, đường và muối nở.

b) Đun sôi trên lửa lớn, sau đó vặn nhỏ lửa để duy trì lửa liu riu và nấu, thỉnh thoảng khuấy, cho đến khi hỗn hợp đặc lại và có màu caramel đậm, từ 1 đến 1 tiếng rưỡi; khuấy thường xuyên hơn khi hỗn hợp trở nên đặc hơn.

c) Chuyển sang một cái bát cách nhiệt và để nguội. Khuấy vani và muối. Bảo quản trong hộp kín trong tủ lạnh, caramel sẽ giữ được tối đa 10 ngày.

70. Kẹo hạt bí ngô

Thành phần:

- 1 chén đường
- 1 muỗng cà phê muối kosher
- 1 lòng trắng trứng lớn
- 3 chén hạt bí ngô

Hướng:

a) Làm nóng lò ở 300 ° F. Phủ nhẹ một tấm nướng có viền bằng một ít dầu thực vật hoặc lót bằng giấy da.

b) Trong một bát nhỏ, trộn đều đường, ớt (nếu dùng) và muối. Trong một bát vừa, đánh lòng trắng trứng bằng nĩa cho đến khi sủi bọt. Thêm hạt bí ngô và hỗn hợp đường và khuấy cho đến khi hạt được phủ đều.

c) Trải hạt bí ngô lên tấm nướng đã chuẩn bị và nướng, khuấy vài lần, cho đến khi nướng, từ 10 đến 12 phút. Để nguội đến nhiệt độ phòng.

d) Bảo quản trong hộp kín ở nơi khô ráo, thoáng mát, hạt bí sẽ giữ được đến 1 tháng.

71. Kem vani và rượu tequila

Thành phần:

- 1 chén kem nặng lạnh
- 2 thìa đường
- 1 quả vani, tách đôi theo chiều dọc, hoặc 1 muỗng cà phê chiết xuất vani nguyên chất

Hướng:

a) Đặt một cái bát bằng thép không gỉ và một cái đánh trứng trong tủ đông và để lạnh trong 10 đến 15 phút.

b) Trong bát ướp lạnh, kết hợp kem và đường. Nếu sử dụng đậu vani, hãy dùng dao gọt để cạo hạt từ nửa quả và thêm hạt vào hỗn hợp kem.

c) Với máy đánh trứng đã được làm lạnh, đánh cho đến khi kem có chóp mềm khi nhấc máy đánh trứng lên.

d) Đánh trong rượu tequila (và chiết xuất vani, nếu sử dụng). Tiếp tục đánh cho đến khi kem giữ được độ cứng vừa phải.

e) Sử dụng ngay hoặc bọc bằng màng bọc thực phẩm và để trong tủ lạnh tối đa 2 ngày.

72. Hồ đào caramen Piloncillo

Thành phần:

- 8 ounce piloncillo, thái nhỏ
- 1 (1 inch) miếng quế Mexico
- ⅓ cốc nước $3\frac{1}{4}$ cốc nửa quả hồ đào
- Thoa nhẹ một tấm nướng có viền.

Hướng:

a) Trong một cái chảo, kết hợp piloncillo, quế và nước. Đặt chảo trên lửa vừa và nấu, khuấy đều, cho đến khi piloncillo tan hết và hỗn hợp sủi bọt, đặc và có màu vàng, từ 4 đến 6 phút.

b) Thêm khoảng một phần ba số hồ đào và khuấy đều. Thêm hồ đào còn lại vào hai đợt nữa, khuấy liên tục. Piloncillo sẽ bắt đầu kết tinh và có màu cát.

c) Tiếp tục khuấy cho đến khi tất cả các quả hồ đào được phủ đều.

d) Đổ quả hồ đào lên khay nướng đã chuẩn bị và dùng thìa tách chúng ra. Loại bỏ miếng quế. Để nguội đến nhiệt độ phòng.

e) Được bảo quản trong hộp kín ở nơi khô ráo, thoáng mát, quả hồ đào sẽ giữ được tối đa 3 tuần.

73. xoài cay

Thành phần:

- 1 quả chanh
- 1 pound xoài chín nhưng chắc
- 3 muỗng cà phê muối kosher
- 3 chén đường
- 2 cốc nước
- $\frac{1}{4}$ chén xi-rô ngô nhẹ
- ⅓ chén ớt guajillo, piquín hoặc ớt árbol xay hoặc kết hợp

Hướng:

a) Sử dụng dụng cụ gọt vỏ rau củ, loại bỏ vỏ chanh thành từng dải. Vắt chanh.

b) Gọt vỏ xoài và cắt thịt thành khối lớn hoặc nêm. Trong một cái bát, trộn xoài với 1 thìa cà phê muối và nước cốt chanh.

c) Trong một cái chảo lớn, kết hợp đường, nước, xi-rô ngô và vỏ chanh và đun sôi ở nhiệt độ trung bình cao.

d) Giảm nhiệt xuống mức trung bình thấp, thêm khối xoài và đun nhỏ lửa trong 20 phút, thỉnh thoảng khuấy.

e) Tắt bếp, đậy nắp chảo bằng nắp hoặc một miếng vải thưa và để qua đêm ở nhiệt độ phòng.
f) Ngày hôm sau, mở nắp chảo, đặt trên lửa vừa và đun sôi xi-rô.
g) Nấu trong 20 phút, thỉnh thoảng khuấy và điều chỉnh nhiệt khi cần để duy trì độ sôi. Lấy ra khỏi bếp, đậy nắp hoặc vải thưa và để qua đêm ở nhiệt độ phòng.

h) Vào ngày thứ ba, một lần nữa mở chảo ra, để lửa vừa và đun nhỏ lửa. Chỉ nấu trong 5 phút, thỉnh thoảng khuấy, sau đó tắt bếp và để nguội đến nhiệt độ phòng.
i) Sau khi nguội, sử dụng thìa có rãnh để chuyển các miếng xoài sang giá đỡ bằng dây thép đặt trên khay nướng. Bỏ vỏ chanh.
j) Để ráo nước cho đến khi miếng xoài không còn ướt (sẽ dính), 8 đến 10 giờ.
k) Trong một cái bát, khuấy đều ớt xay và 2 muỗng cà phê muối còn lại. Làm theo mẻ, quăng các miếng xoài vào hỗn hợp ớt cho đến khi phủ đều các mặt.
l) Bảo quản trong hộp kín ở nơi khô ráo, thoáng mát, xoài sẽ giữ được đến 1 tháng.

74. Topping hạnh nhân

Thành phần:

- $\frac{1}{2}$ chén bột mì đa dụng
- $\frac{1}{2}$ chén hạnh nhân thái lát hoặc cắt nhỏ
- $\frac{1}{2}$ chén đường bánh kẹo
- $\frac{1}{4}$ chén đường nâu, đóng gói $\frac{1}{8}$ muỗng cà phê muối
- $\frac{1}{4}$ muỗng cà phê bột quế
- 4 muỗng canh bơ, ướp lạnh và cắt thành nhiều miếng

Hướng:

a) Làm nóng lò ở 350°F. Dòng một tấm nướng bánh bằng giấy giấy da.

b) Kết hợp bột mì, hạnh nhân, đường, muối và quế trong một bộ xử lý thực phẩm và xay cho đến khi hạnh nhân được chia hoàn toàn thành bột hạnh nhân và hỗn hợp được kết hợp tốt.

c) Thêm bơ và trộn cho đến khi hỗn hợp có kết cấu thô, cát và không còn miếng bơ nào lớn hơn hạt đậu.

d) Chuyển hỗn hợp vào một bát lớn. Nếu bạn bóp chặt hỗn hợp trong tay, nó sẽ dính lại với nhau thành những mảnh vụn lớn có kích thước từ hạt đậu đến quả óc chó. Chia toàn bộ hỗn hợp thành các mảnh vụn có kích thước khác nhau.
e) Chuyển vụn hạnh nhân vào khay nướng đã chuẩn bị.
f) Nướng trong khoảng 15 phút, cứ 5 phút lại dùng thìa khuấy nhẹ cho đến khi bánh có màu vàng nhạt và giòn.
g) Khi nguội hoàn toàn, vụn bánh có thể được bảo quản trong vài ngày trong hộp kín.

Làm khoảng 2 cốc

SUNDAES

75. Knickerbocker vinh quang

Thành phần:

- dâu tây tươi và anh đào
- 2 muỗng kem vani
- 6 đến 8 muỗng canh thạch trái cây
- nước sốt dâu tây hoặc mâm xôi
- 2 muỗng kem dâu
- 1/2 chén kem nặng, đánh bông
- hạnh nhân cắt lát nướng

Hướng:

a) Sắp xếp một ít trái cây tươi trong hai ly sundae ướp lạnh. Thêm một muỗng kem vani, sau đó là một ít thạch trái cây và một ít nước sốt trái cây.

b) Tiếp theo thêm kem dâu tây, và sau đó thêm nước sốt trái cây. Bây giờ phủ kem tươi, trái cây tươi và các loại hạt lên trên, tiếp theo là thêm nước sốt và một ít quả hạch.

c) Cho vào ngăn đá không quá 30 phút hoặc ăn ngay. Đây không phải là để lưu giữ, vì vậy hãy chuẩn bị theo yêu cầu.
d) Bạn nên chuẩn bị sẵn một số nguyên liệu phù hợp trước khi bắt đầu, cũng như những chiếc ly được làm lạnh kỹ.

phục vụ 2

76. đào melba

Thành phần:

- 4 quả đào chín lớn, bóc vỏ
- vỏ nghiền mịn và nước cốt của 1 quả chanh
- 3 Ta b le thìa đường bánh kẹo
- 8 muỗng kem vani

cho nước sốt melba

- 1 1/2 chén quả mâm xôi chín
- 2 muỗng canh thạch nho đỏ
- 2 muỗng canh đường siêu mịn

Hướng:

a) Cắt quả đào làm đôi và loại bỏ hạt. Gói chặt nửa quả đào trong đĩa chịu nhiệt và chải bằng nước cốt chanh. Rắc một cách hào phóng với đường bánh kẹo. Đặt đĩa dưới vỉ nướng đã được làm nóng trước trong 5 đến 7 phút hoặc cho đến khi vàng và sủi bọt. Để nguội.

b) Để làm nước sốt, làm ấm quả mâm xôi với thạch và đường, sau đó lọc chúng qua một cái rây. Để nguội.

c) Sắp đào lên đĩa phục vụ với 1 hoặc 2 muỗng kem. Rưới nước sốt melba và kết thúc bằng những lát vỏ chanh.

Máy chủ 4

77. Cappuccino sinh tố

Thành phần:

- 4 muỗng canh rượu mùi cà phê
- 1/2 công thức gelato cà phê
- 4 muỗng canh rượu rum
- 1/2 chén kem nặng, đánh bông
- 1 muỗng canh bột ca cao không đường, rây mịn

Hướng:

a) Rót rượu mùi vào đế của 6 ly hoặc cốc chống đông lạnh, và làm lạnh kỹ hoặc đông lạnh.

b) Chuẩn bị gelato theo hướng dẫn cho đến khi đông lạnh một phần. Sau đó, đánh rượu rum bằng máy trộn điện cho đến khi sủi bọt, dùng thìa đổ ngay lên rượu mùi đã đông lạnh và đông lại cho đến khi đặc lại nhưng không cứng.

c) Phết kem đã đánh bông lên gelato. Rắc đều bột ca cao và cho vào ngăn đá trong vài phút cho đến khi bạn hoàn toàn sẵn sàng phục vụ.

Máy chủ 6

78. lassi đá

Thành phần:

- 2 cốc sữa chua nguyên chất, đông lạnh một phần
- 1/2 cốc nước đá
- 1/2 cốc đá viên
- 4 muỗng canh mật ong trong, thêm nhiều hơn để nếm thử
- Hạt nhục đậu khấu tươi

Hướng:

a) Cho sữa chua, nước đá, đá viên và mật ong vào máy xay thực phẩm hoặc máy xay sinh tố. Xay cho đến khi sủi bọt và trộn đều. Chuyển sang ly cao có đá và đóng băng trong khoảng 30 phút.

b) Phục vụ với một ít mật ong để nếm thử và rắc hạt nhục đậu khấu mới xay.

phục vụ 1

79. phao kem

Thành phần:

- 2 cốc soda chanh chanh, ướp lạnh
- 2 muỗng kem vani
- một ít kẹo dẻo nhỏ

Hướng:

a) Cho 1 muỗng kem vào ly soda cao lạnh. Đổ soda vào từ từ vì nó sẽ sủi bọt khi tiếp xúc với kem.

b) Thêm muỗng kem thứ hai và rắc một vài viên kẹo dẻo nhỏ lên trên. Phục vụ ngay bằng thìa soda dài và ống hút.

làm cho 1

80. Sinh tố dưa hấu và dâu tây

Thành phần:

- 1 cốc đá xay
- 1 chén dâu tây tươi tách vỏ và giảm một nửa
- 1 chén thịt dưa hấu (đã loại bỏ hạt)
- 2 đến 3 muỗng canh xi-rô dâu p
- lát trái cây tươi, để trang trí

Hướng:

a) Cho tất cả các nguyên liệu (dành riêng một vài miếng trái cây để phục vụ) vào máy xay sinh tố hoặc máy xay thực phẩm. Trộn nhanh chỉ để nghiền nát tất cả các thành phần thành dạng sệt. Đừng trộn quá nhiều. Đặt trong một thùng chứa trong tủ đông cho đến khi sẵn sàng để phục vụ.

b) Khi cần, múc vào ly cao (hoặc ly martini) và dùng kèm với một vài miếng trái cây.

phục vụ 1

81. Sinh tố mơ & lựu đá

Thành phần:

- 1 cốc sữa chua nguyên chất hoặc đào
- 2 chén quả mơ chín xắt nhỏ và rỗ
- 2 đến 3 muỗng canh mật ong trong
- một vài viên đá
- 1/2 quả lựu, tách hạt và loại bỏ cùi trắng

Hướng:

a) Đẩy lựu qua một cái rây. Cho sữa chua, quả mơ, mật ong, đá viên và nước ép lựu (dự trữ một thìa hạt) vào máy xay sinh tố hoặc máy xay thực phẩm. Trộn cho đến khi thật mịn.

b) Đóng băng trong thời gian ngắn (tối đa 30 phút) hoặc thưởng thức ngay lập tức, phủ một thìa hạt lựu lên trên.

phục vụ 2

82. bánh su sô cô la hạt

Thành phần:

- 1 muỗng kem sô cô la phong phú
- 1 muỗng kem bơ hồ đào
- 2 muỗng canh nước sốt sô cô la
- 2 muỗng canh hạt hỗn hợp nướng
- mảnh sô cô la, lọn tóc hoặc rắc

Hướng:

a) Sắp xếp hai muỗng kem trong một đĩa sundae ướp lạnh.

b) Rưới nước sốt sô cô la lên, sau đó rắc các loại hạt và sô cô la lên.

phục vụ 1

83. Kem gelato nhúng sô cô la

Thành phần:

- 1 công thức gelato vani sang trọng
- 1 công thức nước sốt sô cô la
- các loại hạt thái nhỏ hoặc rắc

Hướng:

a) Làm kem thành những muỗng có kích cỡ khác nhau. Đặt chúng ngay lập tức trên giấy sáp và đông lạnh lại thật kỹ.

b) Chuẩn bị nước sốt sô cô la và sau đó để ở nơi thoáng mát (không lạnh) cho đến khi nguội nhưng không đặc lại.

c) Che một số chảo bằng giấy sáp. Đẩy một que kem vào giữa một muỗng kem và nhúng nó vào sô cô la để phủ hoàn toàn. Giữ nó trên bát sô cô la cho đến khi nó nhỏ giọt xong rồi đặt nó lên tờ giấy sáp sạch.

d) Rắc các loại hạt hoặc rắc màu nếu bạn muốn. Đặt đá vào tủ đông và để cho đến khi thật cứng (vài giờ). Mặc dù chúng sẽ giữ được trong vài tuần, nhưng tùy thuộc vào loại kem được sử dụng, tốt hơn hết bạn nên ăn chúng càng sớm càng tốt.

Làm 6-8

MÓN ĐÁ CHO TRẺ EM

84. chuối sô cô la đông lạnh

Thành phần:

- 4 quả chuối nhỏ chắc nhưng chín
- 6 oz. sô cô la sữa, chia thành khối
- 6 muỗng canh kem nặng
- 4 Muỗng canh nước cam

Hướng:

a) Đóng băng chuối trong vỏ của chúng trong khoảng 2 giờ.

b) Làm tan chảy sô cô la trong một cái chảo nhỏ với kem và nước cam, thỉnh thoảng khuấy cho đến khi tan chảy và mịn. Đổ vào một cái bát lạnh và để cho đến khi nó bắt đầu đặc lại và nguội đi. Đừng để nó quá lạnh nếu không nó sẽ không dễ phủ.

c) Lấy chuối ra khỏi tủ đông và loại bỏ vỏ của chúng một cách gọn gàng. Nhúng từng quả chuối vào sô cô la để phủ kỹ, sau đó lấy ra bằng một hoặc hai xiên gỗ dài. Giữ chuối trên bát trong khi sô cô la thừa chảy ra. Sau đó đặt chuối lên giấy sáp cho đến khi sô cô la đông lại. Cắt thành 2 hoặc 3 miếng và cho vào tủ đông cho đến khi sẵn sàng phục vụ.

d) Chèn một que kem vào mỗi miếng để phục vụ, nếu bạn muốn.

e) Những quả chuối này không giữ được lâu và nên được ăn vào ngày chúng được làm.

Máy chủ 4

85. Bánh sandwich kem

Thành phần:

- 12 bánh quy sô cô la
- 2 chén kem vani (hoặc hương vị khác), làm mềm

Hướng:

a) Đặt bánh quy vào khay trong tủ đông.

b) Trải kem đã làm mềm trong chảo phẳng hoặc hộp có độ dày khoảng 1/2 inch và làm đông lại. Khi kem cứng lại nhưng không cứng, cắt 6 khoanh kem vừa với bánh quy. Cẩn thận chuyển kem từ chảo lên 6 cái bánh quy.

c) Top với một cookie thứ hai. Nhấn xuống để niêm phong tốt và đông lạnh cho đến khi sẵn sàng để ăn. Nếu đông lạnh kỹ, hãy lấy ra khỏi tủ đông từ 10 đến 15 phút trước khi bạn muốn ăn nếu không chúng sẽ rất cứng.

d) Ăn trong vài ngày.

Máy chủ 6

86. gáo trái cây băng giá

Thành phần:

- 3 đến 4 cốc (1 1/2 đến 2 lbs.) trái cây tươi chắc chất lượng tốt (dâu tây, anh đào, lý gai)
- 1 cốc kem nặng, ngọt và đánh bông
- 3/4 chén sốt mâm xôi
- 3/4 chén sốt xoài
- rắc kẹo

Hướng:

a) Chuẩn bị trái cây đơn giản bằng cách lau hoặc kiểm tra chúng, nhưng để lại trên cuống hoặc bất cứ thứ gì mà chúng có thể nhặt được. Đông lạnh chúng riêng biệt trên giấy sáp trên khay nướng trong ít nhất 1 giờ cho đến khi đóng băng nhưng không quá cứng.
b) Bày ra bát kem đánh bông, nước sốt mâm xôi và xoài rồi rắc lên trên.
c) Sắp xếp các loại trái cây phủ sương, bằng tăm, trên một đĩa lớn và phục vụ.

Máy chủ 6

87. Kẹo bơ cứng

Thành phần:

- 1 chén nước sốt kẹo bơ cứng
- 3 cốc kem vani
- 4 viên đường

Hướng:

a) Nếu bạn có một nhóm thanh niên thiếu kiên nhẫn, bạn sẽ cần phải chuẩn bị kỹ lưỡng.

b) Mang nước sốt đến nhiệt độ phòng để nó dày nhưng dễ đổ. Có kem đã sẵn sàng để múc. Chuẩn bị sẵn nón trong giá đỡ.

c) Lấy 2 hoặc 3 thìa nước sốt và phết lên trên mặt kem. Sau đó nhanh tay lấy một muỗng kem ra, đồng thời quét đều sốt rồi cho vào ốc quế.

d) Lặp lại nếu bạn muốn có muỗng thứ hai trên cùng một hình nón. Thêm một giọt nước sốt cuối cùng lên trên. Phục vụ ngay lập tức.

Máy chủ 4

88. Đá viên trái cây

Thành phần:

- 1 chén quả mâm xôi xay nhuyễn
- 1 cốc sữa chua nguyên chất hoặc trái cây

Hướng:

a) Trộn trái cây và sữa chua với nhau. Đổ vào các khay đá lớn, dễ lấy hoặc khay đá hình trái cây. Làm nhẵn phần ngọn cho phẳng hoàn toàn để dễ lấy ra. Chèn que kem nhỏ, nếu bạn muốn.

b) Đóng băng trong 3 đến 4 giờ hoặc qua đêm. Bày ra đĩa đẹp mắt và dùng kèm với trái cây tươi và bánh quy.

Làm cho 10 đến 12 khối lớn

89. trái cây đá

Thành phần:

- 1 1/2 cốc trái cây tươi nghiền hoặc xay nhuyễn (dứa, đào, xoài)
- đường để hương vị
- 1/2 cốc nước cam cô đặc

Hướng:

a) Trộn trái cây xay nhuyễn với đường và nước cam. Đông lạnh trong hộp kem que cho đến khi đông lạnh một phần. Khuấy một lần để trộn trái cây xung quanh, sau đó làm đông lạnh lại cho đến khi gần đông lại.

b) Đặt que kem que vào giữa mỗi que kem và đóng băng cho đến khi cứng lại.

c) Ăn trực tiếp từ tủ đông. Tốt nhất là ăn càng sớm càng tốt hoặc đông lạnh không quá 1 tháng trong hộp có nắp đậy.

Làm từ 4 đến 6 (tùy kích thước khuôn)

90. bánh cupcake kem

Thành phần:

- 2 cốc kem dâu tây
- 6 muỗng canh kem nặng, đánh bông
- 12 quả mâm xôi tươi
- rắc kẹo

Hướng:

a) Đặt 6 cốc nướng bằng giấy hoặc giấy bạc vào chảo muffin. Nếu sử dụng cốc nướng giấy rất mỏng, hãy nhân đôi chúng để hỗ trợ thêm.

b) Khi kem mềm, có thể dùng thìa múc được, đổ đầy cốc nướng và làm phẳng phần trên. Quay trở lại tủ đông cho đến khi gần như sẵn sàng phục vụ.

c) Để phục vụ, hãy tháo các cốc nướng nếu bạn muốn và đặt bánh đá lên đĩa phục vụ đã được làm lạnh kỹ. Phủ lên trên mỗi viên đá một ít kem đánh bông, 2 quả mâm xôi và một ít rắc. Quay trở lại tủ đông cho đến khi sẵn sàng để ăn.

d) Những chiếc bánh kem nhỏ này không thực sự để giữ được lâu hơn một ngày, vì vậy hãy cố gắng chỉ làm nhiều như bạn cần.

Máy chủ 6

91. Hình dạng sữa chua giòn

Thành phần:

- 1 cốc mật ong đặc tốt
- 3 cốc sữa chua Hy Lạp dày
- 1 cốc kem nặng, đánh bông nhẹ
- 1 muỗng cà phê chiết xuất vani nguyên chất
- rắc kẹo

Hướng:

a) Làm ấm mật ong rất nhẹ chỉ để làm mềm nó. Cho sữa chua, kem đánh bông và vani vào khuấy đều rồi đổ vào hộp nông để đông lạnh, dùng nĩa khuấy một hoặc hai lần.

b) Đông lạnh trong 1 giờ, chia nhỏ bằng nĩa và đông lạnh thêm một giờ nữa cho đến khi cứng lại nhưng có thể dùng được bằng thìa.

c) Lót một tấm chảo bằng giấy chống dính. Đặt khuôn cắt bánh quy hình động vật hoặc khuôn khác lên chảo và đổ kem vào, đảm bảo bằng phẳng phần trên.

d) Nhanh chóng trở lại tủ đông trong 1 đến 2 giờ cho đến khi thực sự chắc chắn.

e) Khi sẵn sàng phục vụ, cẩn thận đẩy kem ra khỏi khuôn lên một đĩa đá lạnh. Chờ 1 hoặc 2 phút để bề mặt bắt đầu mềm. Sau đó, sử dụng một hoặc hai xiên gỗ, nhúng chúng ở một hoặc hai mặt vào bát rắc.

f) Quay trở lại tủ đông ngay lập tức, bởi vì chúng sẽ bắt đầu tan chảy rất nhanh.

g) Để phục vụ, hãy chèn một que kem vào mỗi cái.

Tạo được khoảng 6 đến 10 hình tùy theo khuôn

MÓN NGON & TRÁI CÂY

92. Dâu đen đá & lê romanoff

Thành phần:

- 1 cốc nước ép lê ngọt
- 1 cốc kem nặng, đánh bông
- 1 cốc sữa chua đặc kiểu Hy Lạp
- vỏ bào mịn của 1 quả chanh
- 1 chén bánh trứng đường nhỏ vụn
- 1 chén quả mâm xôi chín ngọt

Hướng:

a) Trong một bát lớn, trộn đều lê nghiền, kem đánh bông, sữa chua và vỏ chanh. Thêm một chút đường để nếm nếu bạn muốn, hoặc nếu quả mâm xôi không quá ngọt.

b) Bây giờ cho bánh trứng đường vụn và cuối cùng là quả mâm xôi vào, trộn càng ít càng tốt. Thìa cho vào hộp đựng đông lạnh sâu và đóng băng trong 1 đến 2 giờ. Không khuấy trong khi đóng băng.

c) Để phục vụ, nhẹ nhàng múc hỗn hợp lên đĩa phục vụ với một vài quả mọng nữa.

Làm cho 2 panh

93. Kem xoáy đào chanh leo

Thành phần:

- 1 1/4 chén kem nặng
- 1 muỗng cà phê chiết xuất vani nguyên chất
- 2 quả trứng lớn
- 1/4 chén đường siêu mịn hoặc hương vị
- 2 muỗng cà phê bột bắp
- 1 muỗng canh nước
- 4 quả đào lớn rất chín
- nước trái cây và vỏ nghiền mịn của 1 quả cam
- 4 quả chanh dây chín

Hướng:

a) Trong một cái chảo nhỏ, đun sôi kem và vani. Loại bỏ nhiệt. Trong một cái bát, đánh trứng và đường cho đến khi rất nhạt và hơi đặc lại. Đánh một ít kem vào trứng cho đến khi trộn đều, sau đó lọc lại vào nồi.

b) Trộn bột ngô với nước cho đến khi mịn. Đánh nó vào hỗn hợp kem và trứng, và đun nóng lại chảo. Không đun sôi, nhưng khi hỗn hợp bắt đầu đặc lại, hãy khuấy liên tục cho đến khi nó bao phủ mặt sau của thìa. Đặt sang một bên để nguội, thỉnh thoảng khuấy.

c) Cho đào vào nước sôi trong khoảng 1 phút hoặc cho đến khi vỏ dễ dàng bong ra. Xay hoặc xay nhuyễn thịt với nước cam, bỏ vỏ và lọc nếu cần. Múc phần thịt chanh dây cho vào bát nhỏ. Khuấy nhẹ hỗn hợp sữa trứng và đào nghiền đã nguội.

d) Cho vào máy làm kem và chế biến theo hướng dẫn của nhà sản xuất, hoặc dùng phương pháp trộn thủ công .

e) Khi gần như cứng lại, chuyển sang hộp đựng tủ đông và cho phần lớn chanh dây vào. Đóng băng cho đến khi chắc chắn hoặc cần thiết. Kem này có thể được đông lạnh lên đến 1 tháng.

f) Để khoảng 15 phút cho mềm trước khi ăn, rắc thêm ít chanh leo lên trên.

Làm cho 1 1/2 panh

94. Soufflé mơ đá

Thành phần:

- nước trái cây và vỏ nghiền mịn của 1 quả cam
- 2 (1/4-oz.) phong bì gelatin không hương vị
- 3 quả trứng vừa, tách ra, cộng thêm 2 lòng trắng
- 1/2 chén đường siêu mịn
- 1 muỗng cà phê chiết xuất vani nguyên chất
- 1 cốc kem tươi
- 4 muỗng canh rượu mùi Amaretto
- 1 cốc nước ép mơ
- 3/4 chén nho đen (tươi hoặc đông lạnh)
- 2 đến 3 muỗng canh đường siêu mịn

Hướng:

a) Chuẩn bị 4 ramekins bằng cách quấn một dải giấy sáp xung quanh bên ngoài của mỗi chiếc, cao hơn vành khoảng 2 inch; an toàn với băng. Thấm nhẹ giấy và bên trong đĩa.

b) Làm ấm nước cam trong một cái chảo nhỏ, rắc gelatin vào và để cho tan. Mát mẻ. Cho vỏ cam, lòng đỏ, đường và vani vào tô lớn.

c) Đánh cho đến khi thực sự dày, nhạt và kem. Để nguội một chút. Trong một bát riêng, đánh lòng trắng trứng cho đến khi cứng và gần như tạo thành các đỉnh. Trong bát thứ ba, đánh kem cho đến khi kem cứng và giữ nguyên hình dạng.

d) Khuấy hỗn hợp gelatin cùng với Amaretto vào lòng đỏ đã đánh bông. Sau đó cho kem đã đánh bông, bột mơ và cuối cùng là lòng trắng trứng vào. Khi trộn nhẹ nhưng kỹ lưỡng, dùng thìa cho vào ramekins, làm mịn phần trên và để đông lạnh trong 2 đến 3 giờ.

e) Để làm nước sốt, hãy đun nóng tất cả trừ một ít quả lý chua đen trong nồi với đường; nấu trong 4 đến 5 phút. Đổ qua rây để loại bỏ hết hạt, nếu muốn thì cho cả quả lý chua đen vào chảo. Để qua một bên.

f) Để phục vụ, lấy ramekins ra khỏi tủ đông 10 phút trước khi ăn, bóc lớp giấy và tạo một lỗ ở giữa mặt trên. Đun nước sốt vào phút cuối và đổ một ít vào giữa. Phục vụ phần còn lại một cách riêng biệt.

g)

95. Parfait táo & mận

Thành phần:

- 3 quả mận lớn chín ngọt
- 2 muỗng canh đường demerara
- 4 muỗng canh nước
- 2 quả táo ăn ngọt
- 1 chén đường cát
- nước cốt và vỏ nghiền mịn của 1/2 quả chanh
- 5 lòng đỏ trứng
- 1/2 chén cộng với 2 muỗng canh kem nặng

Hướng:

a) Hầm và cắt nhỏ quả mận, cho vào nồi nhỏ với đường demerara và nước. Đun nhỏ lửa cho đến khi mận mềm nhưng không bị nát.

b) Để nguội một nửa quả mận, sau đó cho táo đã gọt vỏ, bỏ lõi và nạo vào nồi. Tiếp tục nấu cho đến khi trái cây đủ mềm để trộn hoặc nghiền. Để nguội hoàn toàn.

c) Đun nóng từ từ đường cát với nước cốt chanh trong một chảo nhỏ khác cho đến khi đường tan hết. Đun sôi trong 2 đến 3 phút, sau đó loại bỏ nhiệt. Đánh lòng đỏ trứng trong tô lớn cho đến khi chúng nở gấp đôi. Sau đó, từ từ cho xi-rô đường chanh và vỏ chanh vào, tiếp tục đánh cho đến khi đặc và sánh như kem. Để nguội hoàn toàn.

d) Khi cả trái cây nghiền và hỗn hợp trứng đều nguội, đánh kem cho đến khi tạo thành chóp. Đầu tiên cẩn thận trộn hỗn hợp trái cây và sau đó là kem đã đánh bông vào lòng đỏ trứng đã đánh bông. Cho thìa vào một hộp nhỏ, sâu trong tủ đông và đông lạnh cho đến khi đông cứng xung quanh các mặt.

e) Dùng nĩa đánh cho đến khi mịn, sau đó để đông cho đến khi cứng nhưng không cứng.

f) Để phục vụ, hãy cho một thìa mận đã nấu chín để riêng vào đáy ly ướp lạnh, thêm một vài muỗng parfait và phủ thêm mận lên trên. Phục vụ ngay lập tức hoặc làm lạnh trong thời gian ngắn.

96. kem mãng cầu chuối

Thành phần:

- 4 quả chuối chín, cộng với nhiều hơn để phục vụ
- nước cốt của 1 quả chanh
- 6 muỗng canh mật ong trong suốt
- 1 muỗng cà phê chiết xuất vani nguyên chất
- 1 cốc sữa trứng vani tự làm hoặc mua ở cửa hàng
- 1 cốc kem nặng, đánh bông mềm, và nhiều hơn nữa để phục vụ
- mảnh caramel

Hướng:

a) Trong máy xay sinh tố hoặc máy xay thực phẩm, trộn chuối với nước cốt chanh, mật ong và vani cho đến khi mịn như kem. Trộn đều hỗn hợp vào custard rồi cho kem đã đánh bông vào trộn đều.

b) Thìa hỗn hợp vào một thùng chứa tủ đông. Đóng băng trong 1 giờ, sau đó chia nhỏ bằng nĩa cho đến khi mịn trở lại.

Quay trở lại tủ đông cho đến khi chắc chắn hoặc cho đến khi sẵn sàng phục vụ.

c) Phục vụ những muỗng kem với nhiều lát chuối và kem đánh bông và một ít caramel vụn.

d) Kem này sẽ đóng băng trong tối đa 1 tháng.

e) Lấy ra khỏi tủ đông 15 phút hoặc hơn trước khi dùng để làm mềm một chút.

Máy chủ 6

97. Nước trái cây nhiệt đới

Thành phần:

- 2 chén trái cây nhiệt đới chín (ổi, dứa, xoài, đu đủ) gọt vỏ và xắt nhỏ
- 1 chén xi-rô đường
- 2 trái chanh
- 1 cốc sữa nguyên chất hoặc bơ sữa

Hướng:

a) Xay nhuyễn hoặc trộn trái cây nhiệt đới, sau đó lọc qua rây mịn nếu bạn muốn có kết cấu thật mịn.

b) Đánh xi-rô đường, vỏ nghiền mịn của 1 quả chanh và nước cốt của cả hai, và sữa. Đổ vào hộp đựng của tủ đông và làm đông lạnh, sử dụng phương pháp trộn tay , chia nhỏ hai hoặc ba lần trong quá trình đông lạnh.

c) Đông lạnh cho đến khi cứng lại, sau đó múc vào các vỏ dứa nhỏ, cắt đôi hoặc các món ăn phục vụ và rắc hạt nhục đậu khấu mới xay. Ăn kèm với các loại trái cây nhiệt đới nhỏ như vải thiều, nho, hoặc dừa tươi nướng.

d) Kem này có thể được đông lạnh lên đến 1 tháng. Lấy ra khỏi tủ đông 10 phút trước khi dùng để làm mềm.

Làm cho khoảng 1 1/2 panh

98. Ice đại hoàng thỏa thích

Thành phần:

- 3 chén đại hoàng xắt nhỏ, tỉa
- 1/2 chén đường siêu mịn
- 1 đến 2 muỗng cà phê chiết xuất vani nguyên chất
- 1/4 muỗng cà phê bột quế
- 1 cốc kem nặng, đánh bông cứng
- 1 cốc sữa chua nguyên chất

Hướng:

a) Cho đại hoàng, đường và vani vào nồi nhỏ và đun nhỏ lửa trong khoảng 8 phút cho đến khi rất mềm. Ngoài ra, nấu trong lò vi sóng ở nhiệt độ trung bình trong 3 hoặc 4 phút, thỉnh thoảng khuấy.

b) Xay nhuyễn trái cây, cho quế vào khuấy đều và để sang một bên cho đến khi nguội.

c) Trộn đại hoàng đã xay nhuyễn, kem đánh bông và sữa chua lại với nhau.

d) Cho thìa vào tô của máy làm kem và chế biến theo hướng dẫn của nhà sản xuất hoặc đổ vào hộp đựng của tủ đông và đông lạnh theo hướng dẫn .

e) Khi kem cứng lại, hãy đông lạnh một thời gian ngắn trước khi ăn hoặc cho đến khi được yêu cầu.

f) Kem này có thể được đông lạnh đến 3 tháng. Lấy ra khỏi tủ đông 15 phút trước khi dùng để làm mềm một chút.

Làm cho khoảng 2 1/4 panh

99. Kem gừng tươi

Thành phần:

- 2 chén kem nặng
- 1 cốc sữa nguyên kem
- $\frac{3}{4}$ chén đường
- 1 (3 inch) củ gừng tươi, gọt vỏ và thái nhỏ
- 1 trứng lớn
- 3 lòng đỏ trứng lớn
- 1 muỗng cà phê chiết xuất vani

Hướng:

a) Kết hợp kem, sữa, đường và gừng trong một cái chảo lớn. Đun nhỏ lửa, khuấy cho đến khi đường tan.

b) Loại bỏ nhiệt. Đậy nắp và để nguội đến nhiệt độ phòng. Lọc hỗn hợp để loại bỏ toàn bộ củ gừng.

c) Mang hỗn hợp sữa trở lại đun nhỏ lửa.

d) Đánh đều lòng đỏ trứng gà và trứng gà trong một tô lớn. Khi hỗn hợp sữa sôi lăn tăn, bắc ra khỏi bếp và cho từ từ vào hỗn hợp trứng để đánh đều trong khi đánh liên tục.

e) Khi tất cả hỗn hợp sữa đã được thêm vào, cho nó trở lại nồi và tiếp tục nấu ở lửa vừa, khuấy liên tục, cho đến khi hỗn hợp đặc lại đủ để phủ lên mặt sau của thìa, trong 2 đến 3 phút. Tắt bếp và đánh vani.
f) Đậy hỗn hợp sữa và để nguội đến nhiệt độ phòng, sau đó cho vào tủ lạnh cho đến khi được làm lạnh kỹ, từ 3 đến 4 giờ hoặc qua đêm.
g) Đổ hỗn hợp đã ướp lạnh vào máy làm kem và đóng băng theo hướng dẫn.
h) Chuyển kem vào hộp đựng an toàn cho tủ đông và đặt vào tủ đông. Cho phép nó cứng lại trong 1 đến 2 giờ trước khi phục vụ.
i)

100. Kem Đào Tươi

Thành phần:

- 2 muỗng canh gelatine không hương vị
- 3 ly sữa, chia
- 2 chén đường cát
- 1/4 muỗng cà phê muối
- 6 quả trứng
- 1 1/2 cốc rưỡi rưỡi
- 1 hộp nhỏ pudding vani ăn liền
- 1 muỗng canh chiết xuất vani
- 4 chén đào nghiền

Hướng:

a) Làm mềm gelatin trong 1/2 cốc sữa lạnh. Bỏng thêm 1 1/2 cốc sữa. Khuấy hỗn hợp gelatin cho đến khi hòa tan. Thêm đường, muối và 1 cốc sữa còn lại.

b) Đánh trứng ở tốc độ cao trong 5 phút.

c) Thêm nửa rưỡi, hỗn hợp bánh pudding, chiết xuất vani và hỗn hợp gelatin. Trộn đều. Cho đào vào xào cùng.

d) Đóng băng trong tủ đông kem theo hướng dẫn của nhà sản xuất. Làm chín trong 2 giờ.

Làm cho 1 gallon

PHẦN KẾT LUẬN

Các loại kem mà bạn sẽ làm từ cuốn sách này cũng ngon như những loại kem chúng tôi làm trong các nhà bếp chuyên nghiệp của mình—có nhiều lớp kem và có thể múc được, với nhiều lớp hương vị .

Tôi hy vọng rằng bạn sẽ đi sâu vào cuốn sách này và biến nó thành của mình. Hãy ghi nhớ và ăn đi ăn lại những công thức nấu ăn này và vô cùng vui mừng với kết quả đạt được. Nhỏ giọt, mưa phùn và đánh dấu các trang theo ý muốn!

www.ingramcontent.com/pod-product-compliance
Lightning Source LLC
LaVergne TN
LVHW050800061126
851857LV00012B/621